ஒல்லி பெல்லி

டாக்டர் கு. கணேசன் MBBS

டாக்டர் கு. கணேசன் (வயது 60) பொதுநல மருத்துவர், மருத்துவ அறிவியல் எழுத்தாளர். இதுவரை 40க்கும் மேற்பட்ட மருத்துவ நூல்களை எழுதியிருக்கிறார்.

மதுரை மருத்துவக் கல்லூரியில் MBBS பட்டம் பெற்றவர் (1975 - 1981). விருதுநகர் மாவட்டம் ராஜபாளையத்தில் 'கணேஷ் மருத்துவமனை'யை நடத்தி வருகிறார். மருத்துவப் பணியில் 36 வருட அனுபவம் கொண்டவர்.

பல்வேறு நாளிதழ்கள், வார, மாத இதழ்களில் உடல் நலன் சார்ந்த அறிவியல் கட்டுரைகளைத் தொடர்ந்து எழுதிவருகிறார். பாமர மக்களுக்கும் சாதாரண மக்களுக்கும் புரியும்வகையில் மருத்துவக் கட்டுரைகளை எழுதுவது இவருடைய தனிச் சிறப்பு. தமிழ் மொழி வளர்ச்சிக்கான பல ஆலோசனைக் குழுக்களில் உறுப்பினராக உள்ளார்.

மத்திய அரசின் உயரிய அறிவியல் விருதான 'தேசிய அறிவியல் தொழில்நுட்பத் தொடர்பியல் விருது', கோவை பாரதியார் பல்கலைக்கழகத்தின் 'மகாகவி பாரதியார் அறிவியல் தமிழ் விருது', சென்னை, எஸ்.ஆர்.எம். பல்கலைக்கழகத்தின் 'தமிழ்ப்பேராய விருது', சென்னை, முத்து பார்மஸியின் 'சாதனையாளர் விருது', இந்திய மருத்துவச் சங்கத்தின் 'தலைசிறந்த மருத்துவர் விருது' உள்ளிட்ட பத்துக்கும் மேற்பட்ட விருதுகளையும் பல்வேறு இலக்கிய அமைப்புகளிலிருந்து பரிசுகளையும் பெற்றுள்ளார். 'பாரதி பணிச் செல்வர்', 'மருத்துவ இலக்கிய மாமணி' எனும் இரண்டு பட்டங்களையும் பெற்றுள்ளார்.

ஒல்லி பெல்லி

டாக்டர் கு. கணேசன்

ஒல்லி பெல்லி
Olly Belly

Dr. G. Ganesan ©

First Edition: August 2018
112 Pages

ISBN 978-93-86737-50-2
Kizhakku - 1099

Kizhakku Pathippagam
177/103, First Floor,
Ambal's Building, Lloyds Road,
Royapettah, Chennai 600 014.
Ph: +91-44-4200-9603

Email : support@nhm.in
Website : www.nhm.in

kizhakkupathippagam   kizhakku_nhm

Author's Email: gganesan95@gmail.com

Kizhakku Pathippagam is an imprint of New Horizon Media Private
Limited

உள்ளே...

முன்னுரை

'உடல் குண்டாக இருக்கிறதே!' எனக் கவலைப் படாதவர்கள் இருக்க முடியாது. 'உடல் ஸ்லிம்மாக இருக்கவேண்டும்!' என ஆசைப்படாதவர்களும் இருக்க முடியாது. அதேவேளையில், இந்த இரண்டு ரகங்களைச் சேர்ந்தவர்களும் குண்டு உடல் ஒல்லியாகவும், என்றும் இளமையாக இருக்கவும் முறையான, சரியான வழிமுறைகளைக் கையாள்கிறார்களா என ஆராய்ந்தால், ஏமாற்றமே மிஞ்சும். காரணம், 'மந்திரத்தால் மாங்காய் வரவழைக்க நினைப்பவர்கள்தான் நம்மிடம் அதிகம்!'

'ஒரு வார உணவுப் பத்தியத்தில் உடல் இளைத்துவிட வேண்டும்' என்று ஆசைப்படுபவர்கள் இருக்கின்றனர். 'மாத்திரையோ, மூலிகையோ எதுவானாலும் சாப்பிட நான் ரெடி! ஒரே மாதத்தில் உடல் எடை குறைந்து விடவேண்டும். அதற்கு உறுதி தரவேண்டும்!' என்று கேட்பவர்களும் இருக்கின்றனர். 'வயிற்றில் பெல்ட்டை மாட்டிக்கொண்டால் பெல்லி ஒல்லியாகுமா?', 'கழுத்தில் தாயத்தைக் கட்டிக்கொண்டால் உடல் இளைக்குமா?' என மாற்று வழி கேட்பவர்களும் இருக்கின்றனர்.

'உடல் இளைக்க, அலோபதியில் மருந்து சாப்பிட்டால் பக்க விளைவு வரும்; இயற்கை சிகிச்சையில் இது சுலபம்; கேரளா சூரணம் ரொம்பவும் நல்லது...' இப்படியான ஓசி ஆலோசனைகளுக்கும் இங்கே பஞ்சமில்லை. 'உங்கள் கொழுப்பின் அளவைத் தெரிந்துகொள்ளுங்கள்' என்று ஒரு பேனரைக் கட்டிக்கொண்டு, பார்க்குகள், பெட்ரோல் நிரப்பிடங்கள், சாலையோரங்கள், வாக்கிங் செல்லும் இடங்கள் என மக்கள் கூடும் இடங்களில், கழுத்தில் டை

கட்டிய ஆண்களும், சுடிதார் அணிந்த அம்மணிகளும் உங்கள் கைகளைப் பிடித்து இழுக்காத குறையாகப் பரிசோதித்து, 'எங்கள் மருந்தைச் சாப்பிட்டால் உடனே உடல் இளைத்துவிடும்' என்று சத்தியம் செய்யும் வணிகக் கூட்டத்தையும் காணமுடிகிறது.

உடற்பருமனுக்கு முதற்காரணம், நம் உணவுமுறை மாறிப்போனதே! பெல்லியைக் குறைக்க உணவுக்கட்டுப் பாடுதான் முக்கியம் எனத் தெரிந்த கூட்டமோ, எந்த உணவைப் பின்பற்றுவது எனக் குழம்பித் தவிக்கின்றனர். காரணம், முன்பெல்லாம் தினசரிகள், வானொலி, தொலைக்காட்சி போன்ற ஊடகங்களில் வந்துகொண்டிருந்த உணவு ஆலோசனைகள், இப்போது கணினிக்கும் கையடக்கக் கைப்பேசிக்கும் இலவசமாகவே வந்து விடுகின்றன. எந்த நேரத்திலும் அவற்றை 'டவுன்லோடு' செய்து பார்த்துக்கொள்ளவும் வசதிகள் உள்ளன.

இந்தியப் பாரம்பரிய உணவு, பேலியோ உணவு, மேற்கத்திய உணவு, ஏசியன் உணவு, மெடிட்டரேனியன் உணவு, வீகான் உணவு எனப் பலதரப்பட்ட உணவுகள் நடைமுறையில் உள்ளதால், எதைப் பின்பற்றுவது என்பதில் பலருக்கும் குழப்பம் ஏற்பட்டுவிடுகிறது.

இதுவரை உண்டு மகிழ்ந்த உணவை ஒதுக்க முடியாமலும், புதிய உணவுக்குப் பழக முடியாமலும் பல பேர் சிரமப்படுகின்றனர். அதேவேளையில், நாக்கு ருசிக்கு மயங்கி, பிரியாணிமுதல் கேக்வரை, பீட்சா, பர்கரில் தொடங்கி,ஃபிரைடு ரைஸ், பரோட்டா, நாண், ரொட்டிவரை அந்நிய மண்ணில் விளைந்த நவீன உணவுகளுக்கு அடிமையாகிறவர்களும் உள்ளனர்.

உண்ட உணவு செரிக்கவும், உடலில் உறவாடும் அதிக கலோரிகளை எரிக்கவும் உடற்பயிற்சிகளை மேற்கொள்ள வேண்டும் என்பது தெரிந்தே இருந்தாலும், 'நேரம் இல்லை!' என இரண்டு வார்த்தைகளில் அதை ஒரங்கட்டுபவர்கள்தான் நம்மிடம் அதிகம்.

ஆக, உடல் இளைக்க எந்த ஒரு முயற்சியும் இல்லாமல், 'கிடப்பதெல்லாம் கிடக்கட்டும்; கிழவரைத் தூக்கி மணமேடையில் உட்கார வை!' என்று கூறுவதைப் போல, அதிக உடல் எடை ஆரோக்கியத்துக்கு ஆபத்து

என்பதைப் புரிந்தும் புரியாததுபோல் அல்லாடிக் கொண்டிருக்கும் கூட்டம் நம்முடையது.

இப்படியான சூழலில் நாட்டில் 13 கோடி பேர் உடல் பருமனால் அவதிப்படுகின்றனர். 50குழந்தைகளுக்கு ஒரு குழந்தை உடற்பருமன் வந்து அல்லல்படுகிறது. சராசரியாக 28 வயதிலிருந்து 38 வயதுக்குள் உடற்பருமன் வந்துவிடுகிறது என்கிறது மருத்துவக் கணக்கெடுப்பு.

50 ஆண்டுகளுக்கு முன்னால்வரை உடற்பருமன் என்ற பேச்சே இல்லாமல் இருந்த நாட்டில், இந்தப் பிரச்னை இப்போது பூதாகரமாகி வருவதற்கு என்ன காரணம்?

மாறிவிட்ட நம் வாழ்க்கைமுறைகள்தான் முக்கியக் காரணம். அவற்றிலும், உணவுப்பொருள் நுகர்வில் ஏற்பட்டிருக்கும் மாற்றங்கள் குறிப்பிடத்தகுந்தவை. இந்தியப் பாரம்பரிய உணவுகளை ஓரங்கட்டிவிட்டு, அந்நிய உணவுகளின்மீது ஏற்பட்டிருக்கும் நம் மோகம்தான் உடற்பருமனுக்கு வழிவிட்டது என்பது உண்மையான களநிலவரம்.

அதேவேளையில் இன்றைய பணிச் சூழல்களும், தொழில்நுட்ப வசதிகளும், நம்மவர்களை அலுவலகத்திலும் வீட்டிலும் கட்டிப்போட்டுவிடுவதால், உள்ளரங்க விளையாட்டு, வெளி அரங்க விளையாட்டு போன்ற மைதான உடற்பயிற்சிகள் குறைந்துவிட்டன. இதுவும் உடற்பருமன் ஏற்பட பாதை அமைத்துக் கொடுத்துள்ளது.

இன்னொருபுறம், ஊடகங்களில் வரும் போலி விளம்பரங்களுக்கு மயங்கி, தவறான நடைமுறைகளில் இறங்கி, 'இளைப்பது சுலபமில்லை' என்று பலரும் தாங்களாகவே முடிவுகட்டிக் கொண்டதால், உடற்பருமன் பிரச்னைக்கு முடிவுகட்ட முடியாமல் போனது.

உடற்பருமன் என்பது ஒரு தனிப்பட்ட நோய் மட்டுமல்ல, அது பல நோய்களைக் கூட்டாளியாக்கி விடும் ஆபத்து நிறைந்தது. முன்பெல்லாம் 50 வயதுக்குப் பிறகு ஏற்படக்கூடிய நீரிழிவு, உயர் ரத்த அழுத்தம், புற்றுநோய், மாரடைப்பு, சிறுநீரக நோய், மன அழுத்தம் போன்றவை தற்போது 30 வயதிலேயே ஏற்படுவதற்கு உடற்பருமன்தான் முக்கியக் காரணம்.

உடற்பருமனைப் பொறுத்த அளவில், ஒரு சில எடைகள் உடலில் அதிகரித்ததுமே, விழித்துக்கொண்டு, உணவின் மீது கவனம் செலுத்தி, தேவையான உடற்பயிற்சி களையும் மேற்கொண்டால், எளிதில் தடுத்து விட முடியும்தான்! ஆனால், அதில்தான் தவறிவிடுகிறோம். பானை அளவுக்கு பெல்லி பெருத்துவிட்டால், அதைக் குறைப்பது படுசிரமம். அந்தச் சிரமத்தை எதிர்கொள்ள முடியாமல் உடற்பருமனை அலட்சியப்படுத்துகிறோம். அப்போது அது மதம் பிடித்த யானைக்கு ஒப்பாகி விடுகிறது. நம் ஒட்டுமொத்த ஆரோக்கியத்தைக் கெடுத்துச் சீரழித்துவிடுகிறது.

அந்தச் சீரழிவைக் கட்டுப்படுத்தவும், பெல்லியைக் குறைக்கவும் நோய் குறித்த விழிப்புணர்வு, சிகிச்சைக்குத் தேவையான ஒத்துழைப்பு, உடன் உதவும் சுயமுயற்சி எனும் மூன்று முனைகள் கொண்ட சூலாயுதம் தேவை.

இந்தச் சூலாயுதத்தைத் தயார்படுத்த உங்களுக்கு உதவும் சிறிய கருவிதான் 'ஒல்லி பெல்லி' நூல். இதில் உலக அளவில் மருத்துவ அறிவியல் அறிஞர்கள் மற்றும் உணவியல் நிபுணர்கள் ஏற்றுக்கொண்ட மருத்துவ உண்மைகளையும், என் மருத்துவ அறிவையும், 30 ஆண்டு மருத்துவ அனுபவத்தையும் கலந்து எழுதியுள்ளேன். அனைவரும் பின்பற்றக்கூடிய எளிய வழிகளை மட்டுமே சொல்லியுள்ளேன். இதைப் படித்த நிமிடத்திலிருந்து உடற்பருமனைக் குறைக்க நீங்கள் முயற்சி எடுத்தால், அதுவே இந்த நூலுக்குக் கிடைக்கும் வெற்றி.

என்னைப் பொறுத்த அளவில் 'அடுத்தவர்களுக்கு ஆலோசனை சொல்வதற்கு முன்னால் அதை நம்மால் பின்பற்ற முடியுமா?' என்று யோசிப்பவன். இந்த நூலில் உங்களுக்கு என்ன ஆலோசனைகள் சொல்லி யிருக்கிறேனோ அவற்றைப் பின்பற்றி ஆறு மாதங்களில் என் உடலில் எட்டு கிலோ எடையைக் குறைத்திருக் கிறேன். நீங்களும் முயற்சிக்கலாம்.

'ஒல்லி பெல்லி' நூலில் தொகுக்கப்பட்டுள்ள கட்டுரைகள் 'கல்கி'யில் தொடராக வெளிவந்தவை. 'கல்கி' பொறுப்பாசிரியர் திருமதி ரேவதி சூர்யா உடற்பருமன் குறித்து ரசனை கலந்த ஒரு மருத்துவத் தொடரை எழுத

வேண்டும் என்று கேட்டுக்கொண்டார். அவருடைய விருப்பத்தை நிறைவு செய்துவிட்டதாகவே கருதுகிறேன்.

'கல்கி'யில் தொடர் எழுத வாய்ப்புக் கொடுத்த திருமதி ரேவதி சூர்யா அவர்களுக்கும், 'கல்கி' ஆசிரியர் திருமதி. லஷ்மி நடராஜன், தலைமை உதவி ஆசிரியர் திரு. அமிர்தம் சூர்யா, உதவி ஆசிரியர் திரு. பொன். மூர்த்தி, வடிவமைப்பாளர்கள் திரு. எஸ். ஸ்டீஃபன் மற்றும் திரு. பா. கோபால் ஆகியோருக்கும் என் நெஞ்சம் நிறைந்த நன்றிகள்.

'கல்கி'யில் இது தொடராக வந்துகொண்டிருந்தபோதே வாராவாரம் வாசகர்களிடமிருந்து பலத்த வரவேற்பைக் கண்டேன். 'இது ஒரு மருத்துவத் தொடர்போல் தோன்ற வில்லை; கதை படிப்பதுபோல் சுவாரஸ்யமாக உள்ளது' என்று பாராட்டாதவர்கள் இல்லை.

வேதாரண்யம் வாசகர் திருமதி ஏ. சித்ரா ரமேஷ், 'ஒல்லி பெல்லி மருத்துவத் தொடரை டாக்டர் கு. கணேசன் மிக எளிமையாகவும் அருமையாகவும் எழுதுகிறார். இதுவரை நான் இப்படி ஒரு தெளிவான விளக்கத்துடன் மருத்துவக் கட்டுரையைப் படித்ததில்லை. வாராவாரம் அவர் தொடருக்காகக் குடும்பத்துடன் பேப்பர் கடையில் காத்திருக்கிறோம்' என்று கடிதம் எழுதியிருந்தார்.

'இந்தத் தொடர் எப்போது நூலாக வரும்?' என்று கேட்ட வாசகர்கள் அநேகம். அவர்கள் ஆசையை இப்போது நிறைவேற்றி உள்ளனர், கிழக்குப் பதிப்பகத்தினர்.

கிழக்குப் பதிப்பகத்தின் ஆசிரியர் திரு. மருதன் 'கல்கி'யில் 'ஒல்லி பெல்லி' தொடராக வந்துகொண்டிருந்தபோதே தான் ரசித்துப் படித்ததோடு மட்டும் அல்லாமல், 'கல்கி'யில் படிக்கத் தவறியவர்களும் படித்துப் பயனடைய வேண்டும் எனும் நல்லெண்ணத்தில், இதைப் புத்தகமாக தயாரிப்பதற்கு அனுமதி கேட்டார். அவருக்கும் கிழக்குப் பதிப்பகம் நிறுவனத்தினருக்கும் என் மனம் மகிழ்ந்த நன்றிகள் சேரட்டும்.

வாராவாரம் 'கல்கி'யில் இந்தக் கட்டுரைகளைப் படித்து விட்டு, மறு நிமிடத்தில் என்னை அலைபேசியில் அழைத்துப் பாராட்டி மகிழும் என் நண்பரும், தீவிர

வாசகருமான திரு. ரா. கோடியப்பன் (இராஜபாளையம்)
அவர்களுக்கும் என் நன்றிகள் என்றும் உண்டு.

மிக்க அன்புடன்,

டாக்டர் கு. கணேசன்

தொடர்புக்கு

Dr. G.Ganesan, MBBS.,
Ganesh Hospital
53/19-A, Angiah Raja Street,
Rajapalayam - 626117
Virudhunagar District
Ph: 9952434190

Email: gganesan95@gmail.com

1

நீங்கள் ஆப்பிளா,
பேரிக்காயா, பூசணியா?

'டாக்டர், நான் ரெண்டு கிலோ எடையைக் குறைக்கிறதுக்கு, ரெண்டு மாசாா,தினமும் ரெண்டு மணி நேரம் கிரவுண்டுல்லே வியர்க்க வியர்க்க ஓடுறேன். ஆனா, ஒரு டிவி புரோகிராம்ல ஈஸியா 20 கிலோ, 30 கிலோ குறைச்சிட்டேன்னு பேட்டி கொடுக்குறாங்களே, எப்படி டாக்டர்? இது உண்மையா? இல்லே, உடான்ஸா?'

'குறுகிய காலத்தில், 20 கிலோ, 30 கிலோ எடை குறைஞ்சா, ஆரோக்கியத்துக்கு ஆபத்தில்லையா?'

'ஆறேழு கிலோ எடையைக் குறைக்கிறத்துக்கே 'டயட்'ல இருந்து, எக்சர்சைஸ் செஞ்சு, அவஸ்தைப்பட வேண்டியிருக்கு... 30 கிலோவைக் குறைக்கணும்னா, என்னதான் கஷ்டப் படணுமோன்னு பயமா இருக்கு. ஈஸியா எடையைக் குறைக்க ஒரு வழி சொல்லுங்க, டாக்டர்!'

'ஒல்லியா இருக்கிறது, அழகா? ஆபத்தா? ஏன் இதைக் கேட்கிறேன்னா, இப்பவெல்லாம் என் கிளாஸ் பொண்ணுங்க ஒரு பர்ஸ் அளவுக்குத்தான் லஞ்ச் கொண்டுவர்றாங்க!'

'சீக்கிரம் ஒல்லியா ஆகணும்னா 'பேலியோ டயட்' எடுத்துக்க... சர்க்கரை நோயும் வராது. இப்படி ஒரு அட்வைஸ் 'வாட்ஸ் - அப்'புல, 'பேஸ் புக்'குல வைரலா பரவிக்கிட்டு இருக்கு. இதில் உங்க அட்வைஸ் என்ன?'

'உடல் எடையைக் குறைக்கிறதுக்கு லேட்டஸ்டா ஒரு மாத்திரை வந்திருக்காம். அமேசான் காட்டு மூலிகையாம். மூணே மாசத்துல எடை குறைஞ்சிருமாம்... விளம்பரத்திலே பார்த்தேன். அதைச் சாப்பிடலாமா, டாக்டர்?'

நீங்கள் எந்த 'சிட்டி'யில் இருந்தாலும் பரவாயில்லை, 'ஓபிசிட்டி'யில் இருந்தால், மேலே சொன்ன அத்தனை கேள்விகளும் உங்களுக்கும் கேட்கத் தோன்றியிருக்கும்.

இன்றைக்கு 'ஓபிசிட்டி' என்பது வயது வித்தியாசம் இல்லாமல் அனைவரையும் பாதிக்கும் பிரச்னையாக மாறிவிட்டிருக்கிறது. அதிலும், டீன் ஏஜர்களை உடல் அளவில் மட்டும் இல்லாமல், மனதளவிலும் படுத்தி எடுக்கும் பிரச்னையாகப் பார்க்கப்படுகிறது. இதற்குப் படுக்கையில் கிடக்கும் பாட்டி முதல் 'கூகுல் டாக்டர்' வரை ஓசியில் யோசனை சொல்ல ஆயிரம் பேர் இருக்கிறார்கள். அவற்றில் 'நல்லது எது? கெட்டது எது?' எனப் பிரித்து அறியத் தெரியாமல், அவரவர்களுக்கு எது பிடிக்கிறதோ, அதைப் பின்பற்றுகின்றனர். எல்லாம் சில மாதங்களுக்குத்தான். ஒரு கட்டத்தில் அவை போரடித்து, 'ஒண்ணும் ஒர்க் அவுட் ஆகலே, மச்சி. எல்லாத்தையும் நிறுத்திட்டேன்' என முடங்கிப்போகின்றனர்.

அப்படியானால், 'ஓபிசிட்டி' என்பது 'இந்தியா - பாகிஸ்தான் பார்டர் பிரச்னை'போல் தீர்க்கவே முடியாத பிரச்னையா?

நிச்சயமாக இல்லை. 'ஓபிசிட்டி'யின் ஆதிஅந்தம் அறிந்து, அவரவருக்கு உரித்தான காரணம் தெரிந்து, அதைக் களைய முற்பட்டால், 'உசிலைமணி' பெல்லியும் ஒல்லி பெல்லி ஆகிவிடும்.

பெல்லி என்பது என்ன?

அடிவயிற்றிலும் இடுப்பிலும் தேவையில்லாமல் கொழுப்பு சேருவதை 'ஆப்பிள் பெல்லி' என்கிறோம். அதே கொழுப்பு வயிறு, தொடை, பிட்டம் இந்த மூன்றிலும் சேர்ந்தால், அது 'பேரிக்காய் பெல்லி'. கழுத்திலிருந்து அடி வயிறுவரை கொழுப்பு சேர்ந்தால், அது 'பூசணி பெல்லி'. ஒப்பீட்டு அளவில் இந்த மூன்றுமே மோசம்தான். ஆனாலும், 'ஆப்பிள் பெல்லி'தான் அதிக ஆபத்தானது.

உங்களுக்கு பெல்லி இருக்கிறதா எனத் தெரிந்துகொள்ள ஒரு சூத்திரம் இருக்கிறது. உங்கள் எடையை கிலோவிலும், உயரத்தை மீட்டரிலும் அளந்துகொள்ளுங் கள். உயரத்தின் அளவை அதே அளவால் பெருக்கிக் கொள்ளுங்கள். இந்தப் பெருக்கல் அளவால் எடையை வகுத்து, கிடைக்கும் விடையைத் தனியாக எழுதுங்கள். இதற்குப் பெயர் 'பிஎம்ஜ' (BMI - Body Mass Index).

எடை டேட்டா!

● உலக சுகாதார நிறுவனம் 2014ம் ஆண்டில் எடுத்துள்ள கணக்கின்படி உலகில் 18 வயதுக்கு மேல் உள்ளவர்களில் 200 கோடி பேர் அதிக உடல் எடையுடன் இருக்கின்றனர். இவர்களில் 60 கோடி பேருக்கு உடற்பருமன் உள்ளது.

● உலகில் ஐந்து வயதுக்குக் கீழ் உள்ள குழந்தை களில் 4 கோடி பேருக்கு உடற்பருமன் உள்ளது.

● இந்தியாவில் சுமார் 5 கோடி பேருக்கு உடற்பருமன் இருக்கிறது. 2030ம் ஆண்டில் இது இரண்டு மடங்கு ஆகிவிடும் என அஞ்சப்படுகிறது.

இது 19லிருந்து 24.9க்குள் இருந்தால் பெல்லி இல்லை. 25லிருந்து 30க்குள் இருந்தால், அதிக உடல் எடை; அதாவது, பெல்லிக்கு நீங்கள் அச்சாரம் போட்டு விட்டீர்கள். இது 30க்கு மேல் தாண்டிவிட்டால், உங்கள் பெல்லி 'ஒபிசிட்டி' நிலைமைக்குச் சென்றுவிட்டது என்று அர்த்தம். இனிமேல் நீங்கள் எச்சரிக்கையாக இருக்கவேண்டும். உலக சுகாதார நிறுவனம் எல்லா நாட்டு மக்களுக்கும் பொதுவாகச் சொல்லி இருக்கும் விதி இதுதான்.

ஆனால், இந்தியர்களுக்கு இன்னொரு விதி இருக்கிறது. அது, இடுப்புச் சுற்றளவை அளப்பது. ஆண்களுக்கு இது

88 செ.மீ. பெண்களுக்கு 80 செ.மீ. இந்தியர் பலருக்கும் 'பிஎம்ஜ' சரியாக இருக்கும்; இடுப்புச் சுற்றளவு அதிகமாக இருக்கும். அப்படி இருந்தால், அதுவும் 'ஒபிசிட்டி'யில் சேர்த்திதான்.

'ஒபிசிட்டி'யின் சூத்திரதாரி, அதிகப்படியான கொழுப்பு. அது எப்படி உடலில் சேருகிறது? அது அடுத்த அத்தியாயத்தில்.

2

மாப்பிள்ளை தொப்பை!

'டாக்டர், நான் ஒரு காலேஜ் ஸ்டுடெண்ட். என்னோட உயரம் 150 செ.மீ. எடை 60 கிலோ. எனக்கு இது சரியான எடையா?' எனக் கேட்டார் ஒருவர்.

'சரிதான்' என்றேன்.

'இந்தச் சார்ட்டில் 50 கிலோதான் இருக்கணும்னு போட்டிருக்கே... டாக்டர்' எனச் சந்தேகத்தைக் கிளப்பினார். அவர் கையில் வயது - உயரத்துக்கேற்ற உடல் எடை அட்டவணை இருந்தது.

'நீங்க ஒரு அத்லெட். உங்களுக்குத் தசைகளின் எடை அதிகமாக இருக்கும். அதன் காரணமாக, உடல் எடையும் அதிகமாக இருக்கும். ஆனால், உங்களுக்குக் கொழுப்பு இருக்காது. அதனால், பயப்படத் தேவையில்லை' என்றேன்.

இப்படித்தான் பல பேர் அதிக உடல் எடைக்கும், உடற்பருமனுக்கும் வித்தியாசம் தெரியாமல், வீணாக மனைசைக் குழப்பிக்கொள்கின்றனர். உயரத்துக்கும் வயதுக்கும் ஏற்ற எடையை ஒருவர் கொண்டிருக்க வேண்டும் என்பது உண்மைதான். ஆனால், அந்த அளவைவிட அதிகமான எடை கொண்டிருந்தாலே, அதை உடற்பருமன் எனக் கூறிவிட முடியாது. உடலில் உள்ள தசை, எலும்பு, கொழுப்பு, தண்ணீர்... இவை எல்லாமே சேர்ந்துதான் ஒருவரின் எடையை நிர்ணயிக்கும். இவற்றில் எது ஒன்று அதிகரித்தாலும் உடல் எடையும் அதிகரிக்கும். உதாரணமாக, விளையாட்டு வீரர்கள், பளு தூக்கும் பலசாலிகள், மல்யுத்த வீரர்கள்

போன்றோருக்குத் தசைகள் பெருத்து, உடல் எடைகூடும். இது போல் இதயம், கல்லீரல், சிறுநீரகம் போன்றவை பாதிக்கப்படும்போதும், உடலில் தண்ணீர் சத்து அதிகரிக்கும். இதனால் அவர்களுக்கு உடல் எடை கூடும். இந்த நிலைமையை 'ஓவர் வெயிட்' என்கிறோம். இது உடற்பருமனில் சேர்த்தியில்லை.

'ஒபிசிட்டி' எனும் உடற்பருமன் என்பது உடலில் சேர்ந்திருக்கும் அதிகப்படியான கொழுப்பை மட்டுமே குறிக்கும். இந்த அதிகப்படியான கொழுப்பு எப்படி உடலில் சேருகிறது?

அந்த ரகசியத்தைத் தெரிந்துகொள்வோமா?

நாம் சாப்பிடும் உணவில் கார்போஹைட்ரேட், புரோட்டீன், கொழுப்பு, வைட்டமின்கள், மினரல்ஸ் எனப் பலதரப் பட்ட சத்துகள் உள்ளன. நம் உடலின் இயல்பான வளர்ச்சிக்கும், முறையான இயக்கத்துக்கும் சக்தி தேவை. இந்தச் சக்தியை இந்தச் சத்துப்பொருள்களே கொடுக்கின்றன.

உடலுக்குத் தேவையான சக்தியை 'கலோரி' எனும் அலகில் குறிப்பிடுகிறோம். சராசரியாக ஓர் ஆணுக்குத் தினமும் 2000 கலோரி சக்தி தேவை; பெண்ணுக்கு 1800 கலோரி போதும். இது ஒரு பொதுவான கணக்கு. வயது, உடல் எடை, உழைப்பு போன்றவற்றைப் பொறுத்து, இந்த அளவில் சிறிது வித்தியாசம் இருக்கும்.

உடல் ஓர் அதிசய எந்திரம். நம் தேவைக்கு ஏற்ப உணவைச் சாப்பிட்டால், உடலியக்கமும் வளர்ச்சியும் இயல்பாக இருக்கும். வாய் ருசிக்கு மயங்கி தேவைக்கு அதிகமாகச் சாப்பிடுகிறோம் என்றால், அந்த அதிகப் படியான சக்தியைச் செலவழிக்க உழைப்பு கூட வேண்டும் அல்லது உடற்பயிற்சி செய்யவேண்டும். இந்த இரண்டும் இல்லையென்றால், உடல் எந்திரம் அந்த உபரி சக்தியை 'சேமிப்பில்' போட்டுவிடும்.

எப்படி?

நம் உடலில் 'அடிப்போஸ் திசு' எனும் பெயரில் 'சேமிப்பு வங்கிகள்' இருக்கின்றன. முக்கியமாக, வயிறு, தொடை, பிட்டம் ஆகிய இடங்களில்தான் இவை அதிகமாக உள்ளன. உடலில் உபரியான சக்தி

உபயோகத்தில் இல்லாதபோது, அது கொழுப்பாக மாற்றப்பட்டு, 'அடிப்போசைட்' எனும் கொழுப்பு செல்களில் சேர்க்கப்படும்.

உங்களிடம் செலவுக்குப்போக உபரிப் பணம் இருந்தால், அதை ஏதாவது ஒரு சேமிப்புத் திட்டத்தில் போட்டு வைக்கிற மாதிரிதான் இதுவும்.

ஏதாவது ஒர் அவசரத்தேவைக்கு சேமிப்பிலிருந்து பணத்தை எடுப்பீர்கள் அல்லவா? அது மாதிரி, நமக்கு உணவு கிடைக்காதபோது, விரதம் இருக்கும்போது, சாப்பிட முடியாத அளவுக்கு உடல்நிலை சரியில்லாத போது உடலியக்கத்துக்குத் தேவையான சக்தியை அடிப்போஸ் திசுவில் சேமிக்கப்பட்டிருக்கும் கொழுப்பி லிருந்து தானாகவே எடுத்துக்கொள்ளும். இந்தவகையில் பார்த்தால், கொழுப்புச் சேமிப்பு நல்லதாகவே தோன்றும். ஆனால், அளவுக்கு மிஞ்சினால் அமிர்தமும் நஞ்சு என்கிறபோது, கொழுப்பு மட்டும் விதிவிலக்கு பெறுமா, என்ன?

கலோரி கணக்கைக் கவனிக்காமல், அவரவர் இஷ்டத்துக்கு உணவை 'வெட்டி'னால், கொழுப்புச் செல்களின் எண்ணிக்கை அதிகரித்துக் கொண்டே போகும். அவற்றில் கொழுப்பு சேர்ந்துகொண்டே போகும். இளந்தொப்பை, செல்ல தொப்பை, புது மாப்பிள்ளை தொப்பை எனத் தொப்பையின் பல பரிமாணங்கள் தொடங்கும்.

சாப்பாட்டு விஷயத்தில் அக்கறை காட்டாமல் அளவில்லாமல் நாம் சாப்பிடுவதையும், அதை உடல் செலவழிக்க வழியில்லாமல் தொப்பையாக மாற்று வதையும் கண்காணிக்கும் கன்ட்ரோல் மெக்கானிஸம் சில ஹார்மோன்களிடம் உள்ளது. அவற்றில் 'விஐபி' ஹார்மோன்களாக இருப்பவை லெப்டின், கிரிலின் எனும் இரண்டு ஹார்மோன்கள்.

கொழுப்பு செல்லில் சுரப்பது லெப்டின். இரைப்பையில் சுரப்பது கிரிலின். இரண்டுமே பசியைத் தூண்டுபவை. இவை அளவில்லாமல் சுரப்பவர்களுக்கு அகோரமாகப் பசிக்கும். கண்டதையும் சாப்பிட்டு தொப்பையைத் துணைக்கு அழைத்துக்கொள்வார்கள்.

அடுத்து, லெப்டின் ஓர் உபரி வேலையையும் செய்கிறது. அதாவது, உடலில் சேரும் உபரி சக்தியைச் செலவழிக்க இதுதான் தூண்டுகிறது. இந்த மெக்கானிஸத்தில் கோளாறு ஏற்படுகிறவர்களுக்கு, உபரி சக்தியைச் செலவழிக்க வழியில்லாமல், தொப்பை தோன்றுகிறது. இது சரியாக வேலை செய்கிறது என்றால், தொப்பை ஏற்படாது. குண்டோதரன் மாதிரி சாப்பிட்டாலும் உடல் தேறவில்லையே எனக் கவலைப்படுவோர் சங்கத்தில் இவர்கள் சேர்ந்துவிடுவார்கள்.

உங்களுக்கு 'ஒபிசிட்டி' ஏற்படுமா?

ஒருவருக்கு ஒபிசிட்டி உள்ளதா, இனிமேல் ஏற்படுமா என்பதை அறிய 'லெப்டின் பயோமார்க்கர் பரிசோதனை' உதவுகிறது. மேலும், ஒபிசிட்டிக்கு அளிக்கப்படும் சிகிச்சை பலன் தருகிறதா என்பதை உறுதிப்படுத்தவும் இது உதவுகிறது. ரத்தத்தில் இது அதிகமாக இருக்கிறது என்றால், ஒபிசிட்டி ஆரம்பித்துவிட்டது என்று அர்த்தம். அப்போது எடையைக் குறைப்பதற்கான ஏற்பாடுகளில் இறங்க வேண்டும்.

3

அமர்ந்தே இருப்பது ஆபத்து!

தமன்னாபோல் கொஞ்சம் உடல் பூசினாற்போல் இருப்பவர்கள்கூடத் திடீரென நமீதாபோல் குண்டாகி விடுவதைக் கவனித்திருப்பீர்கள். இதற்கு என்ன காரணம்?

ஒல்லி 'பெல்லி'யாவதற்குப் பல காரணங்கள் வரிசைகட்டி நிற்கின்றன. எல்லாவற்றையும் முந்திக்கொண்டு வருவது, இரண்டே இரண்டு சங்கதிகள்தான். ஒன்று, பரம்பரை. இரண்டாவது, சாப்பாடு. குண்டு உடம்பு பலருக்கும் ஒரு குடும்பச் சொத்து என்பதை மறந்து விடக்கூடாது.

'ஆப்பிள் பெல்லி', 'பேரிக்காய் பெல்லி' என்றெல்லாம் பார்த்தோமல்லவா? அப்பா, அம்மாவுக்கு இப்படி ஏதாவது ஒரு பெல்லி இருந்தால், அவர்கள் வாரிசுகளுக்கும் அதுமாதிரியான பெல்லி ஏற்படுவதற்கு அதிக வாய்ப்பு உண்டு.

குறிப்பாக, தாத்தா, பாட்டி, சித்தப்பா, பெரியப்பா, பெற்றோர் என ஒரு பரம்பரையில் யாராவது பெல்லி ஜீன்களைச் சுமந்திருந்தால், அவர்களின் வாரிசுகளுக்கும் அவற்றைக் கொடுத்துவிடுகிறார்கள். இதன் காரணமாக, அந்தப் 'பெரிசு'களுக்கு எந்த வயதில் பெல்லி ஏற்பட்டதோ, அதே வயதில் அவர்களின் வாரிசுகளுக்கும் அது வந்து சேர்கிறது.

'நான் கால் வயிற்றுக்குத்தான் காலையில் சாப்பிடறேன்; மதியம் கொலை பட்டினி கிடக்கிறேன். ஆனாலும்

பெல்லியைக் குறைக்க முடியலே' என்று புலம்புவோர் சங்கத்தின் உறுப்பினர்களுக்கு இப்படி ஒரு பரம்பரைச் சொத்தாகவும் கிடைக்கிறது, ஒபிசிட்டி.

அடுத்து, சாப்பாட்டு விஷயம்... தமிழகத்தில் வெள்ளை ஆடை உடுத்தியிருக்கும் அரிசி இல்லாத சாப்பாட்டை நினைத்துப் பார்க்க முடியுமா? காலை டிபனுக்கு இட்லி, தோசை, வெண்பொங்கல்; மதியம் அரிசி சாதம்; இரவில் மீண்டும் இட்லி, இடியாப்பம், உப்புமா என நாம் சாப்பிடும் எல்லாவற்றிலும் கார்போஹைட்ரேட் அம்சங்கள் அதிகம். சிலர் மதியம் 'வெரைட்டி ரைஸ்' எனும் பெயரில் ஆறுவகை சாதங்களைச் சாப்பிடுவதும் உண்டு. இவை எல்லாவற்றிலும் உள்ள கார்போஹைட்ரேட் அளவுக்கு மீறினால், கொழுப்பாக மாறி ஒபிசிட்டிக்குத் தூதுவிடும்.

அரை நூற்றாண்டுக்கு முன்புவரை எப்போதாவது நடக்கும் வீட்டு விசேஷங்களில் மட்டுமே பிரியாணி சாப்பிட முடியும். ஆனால், இப்போதோ நினைத்த நேரத்தில் பிரியாணி கிடைக்கிறது. அதைச் சாப்பிடும் அளவுக்கு அநேகருக்கு வசதியும் வந்துவிட்டது. கொழுப்பு மிகுந்த பிரியாணி ஒபிசிட்டிக்குக் கம்பளம் விரிக்கும். நினைத்த போதெல்லாம் கோலா பானங்களைக் குடித்து, வயிற்றை 'வளர்த்து'க்கொள்ளும் நாகரிக காலம் தொடங்கிவிட்டது.

வயிற்றுக்குள் போவது ஆரோக்கியமானதா என்றெல்லாம் யாரும் இப்போது பார்ப்பதில்லை. நாக்கில் பட்டால் ருசிக்கிறதா? முடிந்தது. எண்ணெயும் கொழுப்பும் மிகுந்த சைனீஸ் உணவுகள், மேற்கத்திய உணவுகள், பீட்சா, பர்கர், சமோசா, பப்ஸ் போன்ற நொறுக் குத்தீனிகள், செயற்கை வண்ணங்கள் சேர்க்கப்பட்ட தந்தூரி அயிட்டங்கள் என உணவுமுறையே மாறி விட்டது. இவற்றில் ஒளிந்திருக்கும் கொழுப்பு உடலுக்குள் தேவையில்லாமல் சேரும்போது ஒபிசிட்டி எட்டிப் பார்க்கிறது.

இப்போது ஹார்மோன் ஊசி போட்டு வளர்க்கப்பட்ட பிராய்லர் கோழிகளைத்தான் சாப்பிடுகின்றனர். இந்தக் கோழிகளைப் பருக்கவைக்கப் போடும் ஊசிகள் அவற்றைச் சாப்பிடுபவரின் உடம்பையும

'பருக்க'வைக்குமே என்ற கவலை யாருக்கும் இல்லை. இதன் விளைவால், ஆண் குழந்தைகள் மலடாவதும், பெண் குழந்தைகள் சீக்கிரமே 'வயதுக்கு' வந்து விடுவதும், தைராய்டு பிரச்னை, ஈஸ்ட்ரோஜன் பிரச்னை என ஹார்மோன் பிரச்னைகளால் ஒபிசிட்டியைப் பரிசாகப் பெற்றுக்கொள்வதும் அதிகமாகி வருகிறது.

அடுத்த சங்கதி. இப்போது உடல் உழைப்பு இல்லாத வாழ்க்கை சாத்தியமாகிவிட்டது. வீட்டில் உள்ள பொருள்கள் எல்லாவற்றிலும் எந்திரங்கள் இடம்பிடித்து விட்டதால், இல்லத்தரசிகளுக்கு உடல் உழைப்பு துளியும் இல்லை என்றாகிவிட்டது. முன்பு வீட்டிலுள்ள பெண்கள் கிணற்றில் தண்ணீர் இறைத்தார்கள்; அடிகுழாயில் தண்ணீர் அடித்து எடுத்தார்கள். தெருக்களில் தண்ணீர் குடம் சுமந்தார்கள். இப்போது இந்த வேலைகளை எல்லாம் மோட்டார் செய்கிறது.

முன்பு மாடிகளுக்குச் செல்ல படிகளில் ஏறினார்கள். இப்போது லிஃப்ட் அவர்களைச் சுமந்து செல்கிறது. முன்பெல்லாம் கடைக்குப் போக 'நடை ராஜா வண்டி'தான். இப்போதோ அடுத்த அபார்ட்மெண்டுக்குச் செல்வதற்கும் 'டூவீலர்' தேவைப்படுகிறது. ஆக, மனிதக் கால்களுக்கு அங்கே வேலை இல்லாமல் போகிறது.

தற்போது அமர்ந்தே செய்யும் வேலைகள் அதிகமாகி விட்டன. இன்றைக்குக் கணினி இல்லாத இடமும் இல்லை; வேலையும் இல்லை. அதனால், ஆண் என்றாலும் சரி, பெண்ணென்றாலும் சரி, கணினி முன் அமர்ந்தே பொழுதைக் கழிக்கின்றனர். வீட்டில் உள்ள பெண்கள் தொலைக்காட்சிப் பெட்டிக்கு முன்னால் பல மணி நேரங்களுக்குத் தவம் கிடக்கின்றனர்.

இவை போதாது என்று முகநூல், வாட்ஸ்அப், டுவிட்டர் எனச் சமூகவலைத்தளங்கள் அதிகரித்துவிட்டன. அவற்றில் தங்கள் கருத்துகளைப் பதிவிடுவதும், விவாதிப்பதும் பலருக்குப் பொழுதுபோக்காகிவிட்டது. இவற்றையும் அமர்ந்தேதான் செய்கின்றனர். இதனால் உடலியக்கம் ரொம்பவே குறைந்துவிட்டது.

முன்பெல்லாம் வார விடுமுறை நாட்களில் வீட்டில் பெரியவர்கள் கோவிலுக்குப் போவார்கள். அல்லது உறவினர் வீடுகளுக்குச் சென்று சுற்றம்

கொண்டாடுவார்கள். குழந்தைகள் மைதானங்களுக்கு விளையாடப்போவார்கள். இந்த நல்ல பழக்கங்களுக்கு எல்லாம் எப்போதோ 'டாட்டா' காண்பித்துவிட்டோம். குழந்தைகளின் விளையாட்டு நேரத்தை டியூசன் சென்டர்களும், தொலைக்காட்சித் தொடர்களும், சமூக வலைத்தளங்களும் அடாவடியாக ஆக்கிரமித்துக் கொண்டன. எனவே, வளர்ந்து வரும் 'நாளைய நம்பிக்கை' களுக்கும் உடல் உழைப்பு இல்லை என்றாகிவிட்டது.

சாப்பிட்ட சங்கதி எதுவாக இருந்தாலும், அது சரியாக செரிக்கப்பட்டு, உடலில் சேரவேண்டுமானால் உடலியக்கம் மேம்பட வேண்டும். அதற்குத்தான் விளையாட்டையும் உடற்பயிற்சிகளையும் நம் பெரியோர்கள் வழக்கப்படுத்தி இருந்தனர். ஆனால் அவற்றையெல்லாம் நம் வசதிக்காக மூட்டை கட்டிப் பரணில் போட்டுவிட்டோம். அதன் வெளிப்பாடாக 'பெல்லி' பெருத்த சமூகத்தை உருவாக்கிவிட்டோம்.

இது எதில் கொண்டுபோய் முடியும்? பார்ப்போம்!

கால்சியம் அவசியம்

சரியான அளவில் கால்சியம் உணவில் இல்லா விட்டாலும் ஒல்லி 'பெல்லி'யாகிவிடும். சராசரி உடல்வாகு உள்ள ஒருவருக்கு தினமும் 1000 மி.கி. கால்சியம் தேவை. 250மி.லி. பால், ஒரு கப் தயிர், 2 முட்டை சாப்பிட்டால் இது கிடைத்துவிடும். இப்படிச் சாப்பிடாமல், உடலில் கால்சியம் குறைந்தால் பசித் தீ ஆர்ப்பரிக்கும். இதனால், கண்டபடி சாப்பிட்டு ஒபிசிட்டியை வரவழைத்துக் கொள்கிறவர்கள் அதிகம்.

4

நெருங்கி வரும் நீரிழிவு!

அளவுக்கு அதிகமாக வேலை செய்யும் எந்த ஓர் எந்திரமும் சீக்கிரத்தில் கெட்டுப்போகும் என்பது ஏட்டில் எழுதப்பட்டுள்ள விதி. இது எல்லோருக்கும் தெரிந்த நியதி.

டிராவல்ஸில் வாடகைக்கு ஓடும் காரும், டாக்டர் ஒருவர், கிளினிக்குக்குப் போவதற்கும் வீட்டுக்கு வருவதற்கும் மட்டுமே பயன்படுத்தும் காரும் ஒன்றுபோல் தேய்வதில்லை. பத்து வருஷங்கள் ஆனாலும் டாக்டரின் காருக்குத்தான் மார்க்கெட்டில் மவுசு அதிகம்; ஆனால், டிராவல்ஸில் ஓடிய காரை குறைந்த விலைக்கே கேட்பார் கள். இதுபோலத்தான் நம் உடல் என்கிற எந்திரமும்.

உடலின் எடை அதிகரித்தால், கல்லீரல், கணையம், இதயம், சிறுநீரகம் என உயிர் காக்கும் உறுப்புகள் எல்லாமே ஓவர் டைமில் வேலை செய்து, சீக்கிரத்தில் ஓய்ந்துவிடும்.

பழுதான கார் அடிக்கடி ஓர்க் ஷாப்பில் நிற்கிற மாதிரி, ஓபிசிட்டி உள்ளவர்களில் பலரும் டயாபடீஸ், ஹைப்பர்டென்ஷன், ஆர்த்திரைட்டிஸ், சிஏடி... coronary artery disease... அதுதான் சார், ஹார்ட் அட்டாக்... இப்படி வாய்க்குள் நுழையாத மருத்துவ நாமகரணங் களைச் சூட்டிக்கொண்டு கார்ப்பரேட் ஆஸ்பத்திரிகளில் கால்கடுக்கக் காத்திருப்பார்கள்.

உடல் எடையைக் கட்டுப்பாட்டுக்குள் வைத்திருந்தால், இந்த மாதிரியான காத்திருப்புகள் கட்டாயம் குறையும் என்பது என்னைப் போன்ற மருத்துவர்களின் அனுபவம்.

கொழுப்பு அதிகமாகச் சேர்ந்து வயிறு பெருத்து விட்டாலே, நீரிழிவுக்குத் தூது அனுப்பி விட்டதாகத்தான் அர்த்தம். கணையத்தில் சுரக்கும் இன்சுலின் எனும் ஹார்மோன் ரத்தத்தில் 'தேமே' எனச் சுற்றிக் கொண்டிருக்கும் குளுக்கோஸை உடலுக்குப் பயன்படும் குளுக்கோஸாக மாற்றுகிறது. இந்த இன்சுலினை எவ்வளவு பத்திரமாகப் பயன்படுத்துகிறோமோ, அந்த அளவுக்கு நீரிழிவிலிருந்து தப்பிக்கலாம். இதில் கோட்டைவிட்டவர்கள்தான், நீரிழிவிடம் மாட்டிக் கொள்கிறார்கள்.

இதைக் கொஞ்சம் விளக்கமாகவே பார்த்துவிடலாம்.

நாம் சாப்பிட்டதும், உணவு செரிக்கப்படுகிறது. கார்போஹைட்ரேட் எனும் மாவுச்சத்து குளுக்கோஸாக மாறி ரத்தத்தில் கலக்கிறது. இதனால், குளுக்கோஸ் அளவு ரத்தத்தில் அதிகரிக்கிறது. அப்போது, குளுக்கோஸானது சிறுகுடல் செல்களிலிருந்து 'இன்கிரிட்டின்' எனும் ஹார்மோனைச் சுரக்க வைக்கிறது. இன்கிரிட்டின் ரத்தத்தில் கலந்து, கணையத்தை அடைந்து, பீட்டா செல்களைத் தூண்டி இன்சுலினைச் சுரக்கச் செய்கிறது.

இந்த இன்சுலின் ரத்த ஓட்டத்தில் கலந்து, ஒவ்வொரு செல்லுக்கும் 'விசிட்' செய்கிறது. ஒவ்வொரு செல்லின் சுவரிலும் 'இன்சுலின் ரிசெப்டார்' எனும் 'பூட்டு' உள்ளது. அந்தப் பூட்டைத் திறக்கும் 'சாவி'தான், இன்சுலின். அதாவது, பூட்டில் சாவியை நுழைத்துத் திறப்பதுமாதிரி, இந்த ரிசெப்டார்களுடன் இன்சுலின் இணையும்போது மட்டுமே, செல் சுவர்களில் 'குளுக்கோஸுக்கான கதவுகள்' திறக்கின்றன. அப்போது ரத்தத்தில் உள்ள குளுக்கோஸ் செல்களுக்குள் நுழைந்து சக்தியாக மாறுகிறது.

ஆக, இன்சுலின் இருந்தால் மட்டுமே உடலால் இயங்க முடியும். இந்த உண்மை புரியாதவர்கள் இன்சுலினுக்குப் பல வழிகளில் இடைஞ்சல் தருகிறார்கள். அவற்றில் முக்கியமானது ஒபிசிட்டி.

ஓபிசிட்டி உள்ளவர்களுக்கு உடல் திசுக்களில் தேவைக்கு அதிகமாகக் கொழுப்பு சேரும். அப்படிச் சேரும் அதிகக் கொழுப்பால், செல்களின் தன்மை மாறும். இதனால், இன்சுலின் செல்களுக்குள் நுழைவதற்குச் சிரமப்படும். அப்படியே சென்றாலும், செல்களில் கொழுப்பு அடைத்துக் கொள்வதால், இன்சுலின் தனது வழக்கமான வேலையைச் செய்யமுடியாமல் திணறும். விளைவு, ரத்தத்தில் குளுக்கோஸ் கூடும். அப்போது அவர்களுக்கு 'நீரிழிவு வரலாமா?' என யோசிக்கும்.

அடுத்ததாக, உடலில் கொழுப்பு சேரச் சேர, கொழுப்புத் திசுக்களில் உள்ள செல்கள் இன்சுலின் செயல்பாட்டுக்கு ஒத்துழைப்பு தர மறுக்கும். இன்சுலினை எதிர்த்து 'எங்கள் எல்லைக்குள் நுழையாதே' என்று கொடிபிடித்து 'ஸ்ட்ரைக்' செய்யும். அப்போது இன்சுலின் இயங்காமல் போகும். பிறகென்ன, ரத்தத்தில் குளுக்கோஸ் எகிறி விடும். இதனால் உடலுறுப்புகள் குழம்பிப் போகும். மெரினாவில் ஜல்லிக்கட்டுப் போராட்டத்தின் கடைசி நாளில் தீவிரவாதிகள் புகுந்து நிலைமையை மோச மாக்கியதுபோல், இந்த உடல் குழப்பத்தைப் பயன்படுத்தி நீரிழிவு வந்து சேரும்.

சில வேளைகளில், கையில் சாவி இருந்தாலும், அது பூட்டைத் திறக்க சண்டித்தனம் செய்யும் இல்லையா? அதுமாதிரி, ஓபிசிட்டி உள்ளவர்களுக்கு இன்சுலின் சரியாகச் சுரந்தாலும், அது சரிவர வேலை செய்யாது. காரணம், இவர்களுடைய செல்களில் 'இன்சுலின் ரிசெப்டார்கள்' மற்றவர்களைவிட ரொம்பவும் குறைவாக இருக்கும். இதனால், செல்களுக்குள் குளுக்கோஸ் நுழைய முடியாமல் ரத்தத்தில் தங்கிவிடும். இதன் விளைவாக, ரத்தச் சர்க்கரை அதிகமாகி, நீரிழிவு நிரந்தமாகிவிடும்.

உங்களுக்கு டயாபடீஸ் கிளினிக்கிற்குச் சென்ற அனுபவம் இருந்தால், முதல் விசிட்டை ரீபிளே செய்யுங்கள். 'உங்களுக்கு பிஎம்ஐ அதிகமா இருக்கு. 'இன்சுலின் ரெசிஸ்டென்ஸ்' ரொம்பவே இருக்கு. அதனால்தான் டயாபடீஸ் வந்திருக்கு. இனிமேல் நீங்க கவனமா இருக்கணும். உடல் எடையைக் கட்டுப்படுத்தணும். வாயைக்கட்டணும். உணவைக் குறைக்கணும். வாக்கிங் போகணும். எக்சர்சைஸ் செய்யணும். அடுத்த ரூம்ல

டயட்டீசியன் இருக்கார். உணவு 'மெனு'வைத் தெளிவா கேட்டுட்டுப்போங்க.' என்று உங்களுக்குப் புரியாத மருத்துவ வார்த்தைகளைச் சொல்லி பயமுறுத்தி இருப்பார்கள்.

அதுதான் இது.

'ஆப்பிள் பெல்லி' அதிக ஆபத்து, ஏன்?

'ஆப்பிள் பெல்லிதான் அதிக ஆபத்து' என்று தொடரின் ஆரம்பத்தில் சொல்லியிருந்தேன். 'அது ஏன்?' என்று கல்கி வாசகர்கள் பலரும் கேட்டிருக் கின்றனர். அடிவயிற்றில் கொழுப்பு சேர்ந்து கர்ப்பிணி மாதிரி வயிறு பெரிசாவது ஆப்பிள் பெல்லி. இங்குள்ள கொழுப்பானது மற்ற இடங்களில் உள்ள கொழுப்பைவிடச் சுறுசுறுப்பாக இயங்கும். இது கல்லீரலுடன் நேரடியாகத் தொடர்பு கொள்ளும். இதற்கு உதவ 'போர்ட்டா கேவல் அனஸ்டமோசிஸ்' எனும் ஒரு ரத்தப்பாதை இருக்கிறது. இதன் வழியாக கொழுப்பு கல்லீரலுக்குச் சென்று, அங்கிருந்து இதயத்துக்கு எளிதாகச் சென்றுவிடும். இதன் விளைவால், மாரடைப்புக் கான வாய்ப்பு அதிகம்.

இத்தோடு விட்டதா? ஒபிசிட்டி இருப்பவர்களுக்கான அடுத்த பயமுறுத்தல் இது.

உடல் எடை அதிகரிக்க அதிகரிக்க இன்சுலினின் தேவையும் அதிகரிக்கிறது. அதற்கேற்றாற்போல் கணையம் அதிகமாக இன்சுலினைச் சுரந்து சுரந்து சீக்கிரத்தில் களைத்துப் போகிறது. சரியாகச் சொன்னால், இன்சுலின் சுரப்பு இளம் வயதிலேயே வற்றிப்போகிறது. இதனால், ஒருகாலத்தில் அவ்வளவாக வெளியில் தெரியாமல் சீனியர் சிட்டிசன் நோயாக இருந்த நீரிழிவு, இப்போது டீன் ஏஜ் நோயாக வலம் வருகிறது.

வீட்டுக்கு ஒருவர் சட்டைப் பையில் பேனா வைத்திருக் கிறார்களோ இல்லையோ, கைப்பையில் இன்சுலின் பேனாவை வைத்துக்கொள்ளும் அளவுக்கு நிலைமை மோசமாகிவிட்டது. எல்லாம் ஒபிசிட்டியின் கொடுமை.

உடலில் ஒவ்வொரு கிலோ எடை கூடும்போதும் நீரிழிவுக்கான வாய்ப்பு 8 சதவிகிதம் அதிகரிக்கிறது என்கிறது உலகச் சுகாதார நிறுவனம். அப்படியானால், நீரிழிவு இவர்களை எவ்வளவு வேகத்தில் நெருங்கி வருகிறது என்பதைக் கொஞ்சம் கற்பனை செய்து பாருங்கள். சுனாமி தோற்றுவிடும்!

5

கொலஸ்ட்ரால் நண்பனா? எதிரியா?

கொலஸ்ட்ரால்

இன்றைய ஒபிசிட்டி யுகத்தில், நாற்பது வயதைக் கடந்த ஆண், பெண் இருபாலரையும் அதிகம் அச்சுறுத்தும் வார்த்தை இதுதான். கெட்ட கொழுப்பு, நல்ல கொழுப்பு, எல்டிஎல், ஹெச்டிஎல். விஎல்டிஎல்... என அவரவருக்குத் தெரிந்த பெயர்களில் குழப்புவார்கள்.

நீங்கள் 'தேவர் மகன்' வடிவேலுபோல் ஒல்லியாக இருக்கும்போது தெருவில் நடந்துபோனால், ஒரு பூச்சிகூடகண்டுகொள்ளாது. ஏதோ ஆசைப்பட்டு, வாய் ருசிக்குச் சாப்பிட்டு, 'தெனாலிராமன்' வடிவேலு போல் உடல் பெருத்து, முன் வயிற்றில் தொப்பை விழத்தொடங்கினால் போதும், படாத கண்ணெல்லாம் பட்டுத்தொலைக்கும்.

'எதுக்கும் ஒரு தரம் பிஎம்ஜெ, கொலஸ்ட்ரால் எல்லாம் பார்த்துடுங்க... கொழுப்பு கூடுறமாதிரி தெரியுது. வெறும் வயித்துல 'லிப்பிட் புரோஃபைல்' பார்த்தா கரெக்டா இருக்கும்...' இப்படியான ஓசி அட்வைஸ்கள் மத்தியமரிடமிருந்து கட்டாயம் கிடைக்கும்.

'கொழுப்பு இல்லாத பால் குடிங்க. கொலஸ்ட்ரால் இல்லாத எண்ணெயை வாங்குங்க' என்றெல்லாம் ஊடகங் கள் போதாத குறைக்குப் பாடம் நடத்தும். உங்களுக்கோ குழப்பம் கூடிவிடும்.

ஒபிசிட்டிக்கும் கொலஸ்ட்ராலுக்கும் என்ன சம்பந்தம்? கொலஸ்ட்ராலை ஏன் அந்தக் கால வில்லன் நடிகர்

நம்பியாரைப் பார்ப்பதுபோலவே பார்க்கிறோம்? வாருங்கள், அதையும் பார்த்துவிடலாம்.

எல்லோரும் நினைப்பதுபோல் கொலஸ்ட்ரால் நமக்கு விரோதியல்ல! அது ஒரு சாதுவான சத்துப் பொருள். அதிக சக்தி தரும் அவசியமான ஒரு கொழுப்புப் பொருள். நம் உடல் கார்போஹைட்ரேட்டைத் தயாரிப்பதில்லை; புரோட்டீனைத் தயாரிப்பதில்லை. ஆனால், கொலஸ்ட்ராலை மட்டும் தயாரித்துக்கொள்கிறது. அப்படி யானால், நமக்குத் தேவையான ஒரு 'விஐபி'யாகத்தானே அது இருக்க வேண்டும்?

கல்லீரல், குடல், அட்ரீனல், ஆண்களுக்கு விரைகள், பெண்களுக்குச் சினைப்பைகள் என உடலில் பல கொலஸ்ட்ரால் ஃபேக்டரிகள் இருக்கின்றன. இவை தினமும் 700 மில்லி கிராம் கொலஸ்ட்ராலைத் தயாரிக்கின்றன. உங்கள் எடை 70 கிலோவாக இருந்தால், நீங்கள் சுத்த சைவமாகவே இருந்தாலும் சரி, உங்கள் உடலில் 140 கிராம் கொலஸ்ட்ரால் கட்டாயம் இருக்கும். ஏன்? என்ன அவசியம்?

உடலில் செல்களின் வளர்ச்சிக்கு கொலஸ்ட்ரால் அவசியம். மூளையின் செயல்பாட்டுக்கு கொலஸ்ட்ரால் தேவை. கொழுப்பு உணவைச் செரிக்க, பித்தநீரைச் சுரக்க கொலஸ்ட்ரால்தான் தேவை. நரம்புகளைப் பாதுகாக்கும் சவ்வுகள் வளர வேண்டுமா? அதற்கும் கொலஸ்ட்ரால் வேண்டும். நம் உடலின் வெப்பம் சமச்சீராக இருக்க வேண்டுமானால் கொலஸ்ட்ரால் கட்டாயம். டீன்ஏஜில் ஆணுக்கு மீசையும், பெண்ணுக்கு மார்பகமும் வளர வேண்டுமானால் கொலஸ்ட்ரால் இல்லாமல் முடியவே முடியாது. இனிய தாம்பத்தியத்துக்கும் சுகப்பிரசவத்துக்கும் உதவும் ஸ்டிராய்டு ஹார்மோன்களுக்கு அடிப்படையே இந்த கொலஸ்ட்ரால்தான். இப்படிப் பல வழிகளில் நமக்குக் கைகொடுக்கும் நண்பனாகத்தானே கொலஸ்ட்ரால் இருக்கிறது! பிறகேன் அதை எதிரியாகப் பார்க்கிறோம்?

கொலஸ்ட்ராலை இன்னும் கொஞ்சம் கூர்ந்து கவனித்தால் இந்தப் புதிர் விலகும்!

எந்த ஒரு மனுஷனுக்கும் இரண்டு குணம் உண்டு, இல்லையா? அதுமாதிரிதான் கொலஸ்ட்ராலிலும்

இரண்டு தினுசு உண்டு! கெட்ட கொலஸ்ட்ரால், நல்ல கொலஸ்ட்ரால்! சாதாரண கொலஸ்ட்ரால் அதன் ரசாயன முறைப்படி உடல் திசுவிலிருந்து ரத்தத்துக்குள் தனியாகப் போகமுடியாது. அதை ரத்தத்தில் தூக்கிச்சென்று சுற்றுலா காண்பிக்கத் தனி வாகனம் தேவை. அதன் பெயர் 'லிப்போ புரோட்டீன்'. கொலஸ்ட்ரால் இதன் முதுகில் ஏறிக்கொண்டு உடலில் ஊர்வலம் வரும்போதுதான் அதன் அடுத்த பக்கம் தெரிகிறது.

'லோ டென்சிட்டி லிப்போ புரோட்டீன்', 'ஹை டென்சிட்டி லிப்போ புரோட்டீன்' என்றெல்லாம் வாய்க்குள் நுழையாத பெயர்களைச் சொல்லி உங்களை இம்சைப்படுத்த விரும்பவில்லை. முதலாவதை எல்டிஎல் என்றும், இரண்டாவதை ஹெச்டிஎல் என்றும் நம் வசதிக்குச் சொல்லிக்கொள்ளலாம். இவற்றைத் தயாரிப்பதும் கல்லீரல்தான்.

சரி, இரண்டுக்கும் என்ன வித்தியாசம்?

சுருக்கமாகச் சொன்னால், ஹெச்டிஎல் நல்ல கொலஸ்ட்ரால். எல்டிஎல் கெட்ட கொலஸ்ட்ரால். எப்படி? அது செய்யும் காரியம் அப்படி. ரத்தத்தில் எல்டிஎல் பயணிக்கும்போது, போகிற போக்கில் ரத்தக்குழாய்களில் பாசிபடிவதுபோல் படியத்தொடங்குகிறது. இதனால் ரத்தக்குழாய் தடித்து ரத்த அழுத்தம் அதிகரிக்க வழி செய்கிறது. அப்பொழுது முதல்முறையாக 'பிபி பேஷண்ட்' என்ற முத்திரை குத்தப்படுகிறது. 'உப்பைக் குறைங்க, கொழுப்பைக் குறைங்க' என்ற அட்வைஸ் ஆரம்பமாகிறது.

நாக்குக்கு அது புரிகிறதா? எது வேண்டாமோ அதைத்தான் அதிகம் தேடி ஓடுகிறது. நமக்கும் 'சாப்பிட வேண்டிய வயதில் சாப்பிடாமல் பிறகு எப்போது சாப்பிடுவதாம்?' என்று சொல்லத் தோன்றிவிடுகிறது. வாரம் தவறாமல் வீக் எண்ட் பார்ட்டியில் சாப்பிட்ட பர்கர் கொடுத்த கூடுதல் கொலஸ்ட்ரால் ரத்தக்குழாயின் உள்ளளவைக் குறைத்துவிடுகிறது. இது ரத்த ஓட்டத்தைத் தடை செய்கிறது. பாசி படிந்த தண்ணீர்க் குழாய் அடைத்துக்கொள்கிறமாதிரி அடைத்துக்கொள்கிறது.

கொஞ்சம் யோசியுங்கள். இதயத்துக்குச் செல்லும் ரத்தக் குழாயில் இந்த எல்டிஎல் படிந்து அடைத்துவிட்டால் என்ன ஆகும்? ஹார்ட் அட்டாக் ஏற்படுவதற்கான

சாத்தியக்கூறுகள் அதிகமாகும். நீங்கள் நெஞ்சுவலிக்காக ஆரம்பத்திலேயே ஆஞ்சியோகிராம் எடுத்துப் பார்த்திருந்தால், 'அத்திரோஸ்கிலிரோஸிஸ் ஆரம்பமாகி விட்டது. தர்ட்டி பர்சென்ட் அடைப்பு இருக்கு. கொலஸ்ட்ராலைக் கட்டுப்படுத்த வேண்டியது கட்டாயம்' என்று உங்கள் கார்டியாலஜிஸ்ட் எச்சரித்திருப்பாரே, அது இதுதான்.

சரி, இதுவரை நண்பனாக இருந்த கொலஸ்ட்ரால் இப்போது எதிரியானது எப்படி?

நம் கல்லீரல் தானாகவே கொலஸ்ட்ராலை தயாரிப்பது ஒரு புறம். நாம் சாப்பிடும் உணவிலிருந்து கிடைக்கும் கொழுப்பிலிருந்து கொலஸ்ட்ராலைத் தயாரிப்பது இன்னொரு புறம். நாம் சாப்பிடும் உணவில் 20 சதவிகிதம்வரை கொழுப்பு இருக்குமானால், இந்த இரண்டுவித கொலஸ்ட்ரால் உற்பத்தியும் சரியாகவே இருக்கும். அப்படியே கொஞ்சம் அதிகமானால்கூட, கல்லீரல் அதைப் பித்தநீரில் சேமித்துக்கொள்ளும். ஆனால், தொப்பை விழுமளவுக்குக் கொழுப்புணவு களைச் சாப்பிடும்போதுதான், கொலஸ்ட்ரால் உற்பத்தி தேவைக்கு அதிகமாகும். அப்போது ஆபத்து ஆரம்பமாகும்.

சரியான வோல்டேஜில் எரியும் வண்ண விளக்குகளின் வெளிச்சத்தை நம்மால் ரசிக்க முடியும். அதேநேரம் வோல்டேஜ் அதிகமாகி மின்னல்போல் வெளிச்சம் கொட்டினால் அதை ரசிக்க முடியுமா? அப்படித்தான் அளவோடு உணவு சாப்பிடும்வரை கொலஸ்ட்ரால் நமக்கு நண்பன். அளவுக்கு மீறி சாப்பிட்டு, ஒபிசிட்டிக்கு அட்வான்ஸ் கொடுத்துவிட்டால், நண்பனும் எதிரிதான்.

உடலின் அதிசயத்தைப் பாருங்கள். ஆபத்து இருக்கும் இடத்தில்தான் பாதுகாப்பும் இருக்கிறது. கெட்ட கொலஸ்ட்ராலைத் தயாரிக்கும் அதே கல்லீரல்தான் நல்ல கொலஸ்ட்ராலையும் தயாரிக்கிறது. நல்ல கொலஸ்ட்ரால் எனப் புகழப்படும் ஹெச்டிஎல் என்ன செய்கிறது தெரியுமா? இதய ரத்தக்குழாய்களில் படிந்திருக்கும் கொழுப்பைக் கொஞ்சம் கொஞ்சமாக எடுத்து வந்து கல்லீரலுக்குக் கொடுக்கிறது. அதைக் கல்லீரலானது பித்தநீராக மாற்றி சிறுநீரிலும் மலத்திலும்

வெளியேற்றுகிறது. நமக்கு ஓபிசிட்டி இருந்தாலும் உடனே ஹார்ட் அட்டாக் வராமல் பாதுகாப்பது ஹெச்டிஎல் மேற்கொள்ளும் இந்த மெக்கானிஸம்தான்.

எதற்கும் ஓர் எல்லை உண்டல்லவா? எல்டிஎல் அதன் எல்லையைத் தாண்டினால், நாம் சுதாரித்துக்கொள்ள வேண்டும். ஒல்லி பெல்லி ஆகிவிட வேண்டும். இல்லா விட்டால், எல்டிஎல்லின் கை ஓங்கிவிடும். ஹெச்டிஎல் அப்போது தூங்கிவிடும். அப்படியான ஒரு கெட்ட நாளில் ஹார்ட் அட்டாக் எனும் எம தூதன் எட்டிப் பார்ப்பதைத் தடுக்க முடியாது. எல்லாம் ஓபிசிட்டியின் உபயம்!

சரியான கொலஸ்ட்ரால் அளவுகள் - அலார்ட்!

- மொத்த கொலஸ்ட்ரால் 200 மிகி/டெ.லி.வரை.

- எல்டிஎல் கொலஸ்ட்ரால் 100 மிகி/டெ.லி.க்கும் குறைவாக.

- டிரைகிளிசெரைட்ஸ் கொழுப்பு 150 மிகி/டெ.லி.க்கும் குறைவாக.

- ஆண்களுக்கு ஹெச்டிஎல் கொலஸ்ட்ரால் 40 மிகி/டெ.லி.க்கும் அதிகமாக.

- பெண்களுக்கு ஹெச்டிஎல் கொலஸ்ட்ரால் 55 மிகி/டெ.லி.க்கும் அதிகமாக.

6

தோப்பைக்குப் பித்தம் பிடிக்கும்!

'நாலு பேருக்கு நல்லது செய்யாவிட்டாலும் பரவா யில்லை; கெடுதல் செய்யாமல் இருந்தால் போதும்' என்று பெரியவர்கள் சொல்வார்கள். இது நூற்றுக்கு நூறு பித்தப்பைக்குப் பொருந்தும். எப்படி என்பதைப் பிறகு சொல்கிறேன்.

வயிற்றின் வலது பக்கம் கல்லீரலுக்குக் கீழே ஒரு சிறிய பேரிக்காய் வடிவத்தில் இருக்கிறது பித்தப்பை. தாய்க் குரங்கை ஒட்டிக் கொண்டிருக்கும் குட்டிக் குரங்கு மாதிரி இது கல்லீரலோடு எப்போதும் ஒட்டிக்கொண்டிருக்கிறது.

மொத்தமே நான்கு அங்குலம் நீளம் உள்ள பித்தப்பை நம் உடலில் இருக்கும் ஒரு சேமிப்பு வங்கி. கல்லீரலில் பைல்... (Bile) அதாவது, 'பித்தநீர்' சுரக்கிறது. இது சேமிக்கப்படும் இடம்தான் பித்தப்பை.

நாம் சாப்பிடும் உணவு இரைப்பையில் செரிக்கப்பட்டு, கூழ்போல் சிறுகுடலுக்கு வந்துசேரும். உணவில் இருக்கும் கார்போஹைட்ரேட், புரதம், கொழுப்பு ஆகிய வற்றைப் பொறுத்து, கணையத்திலிருந்து என்சைம்கள் சுரந்து, சிறுகுடலில் கொட்டும். உணவில் உள்ள கொழுப்பைச் செரிக்க இந்த என்சைம்களால் மட்டும் முடியாது. எலெக்ஷன் நேரத்தில் மாநில போலீஸுக்குத் துணையாக மிலிட்டரி கமாண்டோக்களும் தேவைப் படுகிற மாதிரி, பித்தப்பையில் தூங்கிக்கொண்டிருக்கும் பித்தநீரும் தேவைப்படுகிறது.

'குடலுக்குக் கொழுப்பு வந்தாச்சு. பித்தநீரை வெளிவிட வேண்டும்' என்று மூளைக்குத் தகவல் போகும். மூளையிலிருந்து ரிலீசுக்கான உத்தரவு பிறந்ததும், பித்தப்பை தன் கதவைத் திறக்கும். உடனே, தேவையான பித்தநீர் பித்தக்குழாய் வழியாகச் சிறுகுடலுக்கு வந்துசேரும்.

கொழுப்பு தண்ணீரில் கரையாது என்பதால், பித்தநீரில் உள்ள உப்புகளால் அது உறிஞ்சப்பட்டு, சிறுகுடலில் செரிமானம் ஆகிறது. கொழுப்பு செரிமானம் ஆக குடலில் வேறெங்கும் இடமும் இல்லை; வழியும் இல்லை. எனவே, பித்தநீர் அடம் பிடிக்காமல் குடலுக்கு வந்து சேர வேண்டியது முக்கியம்.

இதற்குக் கல்லீரலில் பித்தநீர் ஒழுங்காகச் சுரக்க வேண்டும். அதைப் பித்தப்பை சேமித்துக்கொள்ள வேண்டும். குடல் கேட்கும்போதெல்லாம் பித்தப்பை பித்தநீரைக் குடலுக்குத் தாரை வார்க்க வேண்டும். பித்தப்பையில் கோளாறு ஏற்பட்டு, ஏதாவது ஒரு தடங்கல் உண்டாகி, பித்தநீர் வராவிட்டால், போச்சு, எல்லாமே போச்சு... கொழுப்புணவு செரிக்கப்படாமல் அப்படியே மலத்தில் போய்விடும். இதனால் அஜீரணம் ஆர்ப்பரிக்கும்.

இந்தத் தடங்கல் எப்போது உண்டாகும், தெரியுமா?

பித்தப்பையில் கற்கள் உண்டானால் பித்தநீர் குடலுக்குச் செல்வது தடைபடும். சரி, இந்தக் கற்கள் எப்போது உண்டாகும்? ரத்தக் கொலஸ்ட்ரால் அதிகமானால் அல்லது பெல்லி பருத்த உடலாக இருந்தால் பித்தப்பையில் கற்கள் உருவாகும்.

என்ன இது, போனில் ராங் நம்பரில் பேசுவதுமாதிரி, 'பெல்லி' கட்டுரையில் 'பித்தம்' பற்றி பேசுகிறாரே என்று இதுவரை யோசனையில் இருந்தவர்களுக்கு இப்போது புரிந்திருக்கும், டாக்டர் 'கரெக்ட் லைனில்'தான் இருக்கிறார் என்று!

கல்லீரலில் தினமும் சுமார் ஒன்றரை லிட்டர் பித்தநீர் சுரக்கிறது. இது பித்தப்பைக்குச் சென்று அடர்த்தி யாகிறது. கொலஸ்ட்ராலை மூலப்பொருளாக வைத்துத் தான் பித்தநீர் உற்பத்தியாகிறது. கொலஸ்ட்ராலின் அளவு ரத்தத்தில் கூடினால் பித்தநீரும் அதிகமாகச்

சுரக்கும்; அடர்த்தியும் அதிகமாகும். தயிரைக் கடைந்தால் வெண்ணெய் திரள்வதுபோல், பித்தநீரின் அடர்த்தி அதிகமாக அதிகமாக அது கல்போல் திரண்டுவிடுகிறது. பித்தப்பையில் கல் உருவாகும் முதல் வழி இதுதான்.

அடுத்த வழி இது. 'ஆப்பிள் பெல்லி' இருப்பவர்களுக்கு, வயிற்றின் கொழுப்புத் திசுக்கள் பித்தநீர் பாதையை அழுத்துவதால், பித்தப்பையில் உள்ள பித்தநீர் முழுவது மாகச் சிறுகுடலுக்கு வந்து சேராது. கொஞ்சத்துக்குக் கொஞ்சம் பித்தப்பையிலேயே தங்கி விடும். இப்படி அடிக்கடி தங்கும்போது அது உருண்டு திரண்டு கல்லாகிவிடும்.

பித்தப்பைக் கற்களில் இரண்டு விதம் உண்டு... சில கற்கள் வலியை ஏற்படுத்தும். சில கற்கள் வலியை ஏற்படுத்தாமல் அமைதியாக இருக்கும். வேறு வயிற்றுப் பிரச்னைக்காகவோ, மாஸ்டர் ஹெல்த் செக் அப்புக்காகவோ, வயிற்றை ஸ்கேன் செய்யும்போது பித்தப்பையில் கல் இருப்பது தற்செயலாகத் தெரியவரும். அப்போது பகீர் எனப் பயம் கவ்வும்.

பித்தப்பையில் கல் இருப்பதை எப்படித் தெரிந்து கொள்வது?

சாப்பிட்டு மூன்று அல்லது நான்கு மணி நேரம் கழித்து மேல் வயிற்றில் வலிக்கிறது என்றால், பித்தப்பையில் பிரச்னை எனப் புரிந்துகொள்ளலாம். பித்தப்பையில் கற்கள் ரொம்ப நாட்களாக 'கேம்ப்' போட்டிருந்தால், பித்தப்பை வீங்கிவிடும். அப்போது மேல் வயிற்றில் ஆரம்பிக்கும் வலி நெஞ்சு முழுவதும் பரவும். வலது தோள்பட்டைக்குத் தாவும். இதை மாரடைப்பு என நினைத்துப் பதறி அடித்து, அவசர சிகிச்சைக்குப் போவார்கள். இசிஜி பார்த்த பிறகுதான், இதயத்தில் எந்தப் பிரச்னையும் இல்லை என்பது தெளிவாகும். வயிற்று ஸ்கேனில் பித்தப்பைக் கற்களால் வந்த பிரச்னை என்பது உறுதி ஆகும்.

பித்தப்பையில் கல் இருக்கிறது என்று சொன்ன உடனேயே பலரும் கேட்கிற கேள்விகள் இரண்டு. ஒன்று, இந்தக் கற்களை மாத்திரையில் கரைக்க முடியாதா? அடுத்தது, பித்தப்பையையும் சேர்த்தே அகற்றினால் செரிமானம் பாதிக்காதா?

பித்தப்பைக் கற்களை மாத்திரைகள் கொடுத்துக் கரைக்க முடியாது. பித்தப்பையில் கற்கள் இருந்தாலும் வயிற்றில் வலி ஏற்படாதவரை, சிகிச்சை தேவையில்லை. ஆப்பிள் பெல்லியைக் குறைப்பதற்கு வழி பார்க்கவேண்டும். ரத்தக் கொலஸ்ட்ராலைக் குறைக்கவேண்டும். அதற்கு கொழுப்புள்ள உணவுகளைக் குறைத்துக்கொள்ள வேண்டும்.

வலி, வாந்தி, காய்ச்சல், காமாலை எனத் தொல்லைகள் தொடர்ந்தால், ஆபரேஷன்தான் தீர்வு. அப்படி ஆபரேஷன் செய்யும்போது, பித்தப்பையிலிருந்து கற்களை மட்டும் அகற்ற முடியாது. பித்தப்பை மொத்தத்தையும் அகற்றியாக வேண்டும். இப்போது லேப்பராஸ்கோப்பி முறையில் வயிற்றில் சில துளைகள் மட்டும் போட்டு பித்தப்பையை மிக எளிதில் அகற்றி விடுகின்றனர். அதனால் பயமில்லை.

கட்டுரையின் தொடக்கத்தில் 'உதவி இல்லாவிட்டாலும், உபத்திரவம் கூடாது' என்று சொல்லியிருந்தேன். என்ன உதவி? என்ன உபத்திரவம்? பித்தப்பை நமக்குச் செய்யும் ஒரே உதவி, பித்தநீரைச் சேமிப்பதுதான். இந்தச் சேமிப்பு ஆதார் அட்டைபோல் ரொம்பவும் கட்டாயமில்லை. பித்தப்பையில் கற்கள் வளர்ந்து அதை அடைத்துக் கொண்டால் அல்லது பித்தப்பை பொத்துக்கொண்டால், உயிருக்கு ஆபத்து ஏற்படும் அளவுக்குப் பெரிய பிரச்னை ஆகிவிடும். அப்போது பித்தப்பையை அகற்றியே ஆக வேண்டும்.

பித்தப்பையை அகற்றிவிட்டால், பித்தநீர் என்னாவது? கொழுப்புச் செரிமானம் என்னாவது? அசைவம் சாப்பிட முடியாதே? எனப் பலரும் அச்சப்படுவார்கள். அந்த அச்சம் அநாவசியம்...

ஆபரேஷன் செய்யும்போது கல்லீரலில் இருந்து பித்தக்குழாய் வழியாகப் பித்தநீர் நேரடியாகச் சிறுகுடலுக்குச் செல்ல வழி அமைத்துவிடுவார்கள். எனவே, அசைவம் சாப்பிட முடியாதே எனக் கவலைப் பட வேண்டாம்.

பித்தநீருக்குப் பிறந்த வீடு கல்லீரல். புகுந்த வீடு சிறுகுடல். விருந்தினர் வீடு பித்தப்பை. விருந்தினர் வீட்டுக்குப் போக வேண்டும் என்பது கட்டாய மில்லையே! விஷயம் என்னவென்றால், அடிக்கடி

விருந்துகளுக்குப் போவதைத் தவிர்த்தாலே பித்தப்பைக் கற்களை மட்டுமல்ல, பெல்லியையும் குறைக்கலாம்! ஸ்லிம் ரகசியத்தின் டாப் 10 சூத்திரங்களில் இதுவும் ஒன்று!

நான்கு எஃப் (F) ரிஸ்க் தெரியுமா?

பித்தப்பைக் கற்கள் வருவதற்கான வாய்ப்பு அதிகம் உள்ளவர்கள்:

● ஃபீமேல் (Female) - பெண்கள்.

● ஃபார்ட்டி (Fourty) - 40 வயதுக்கு மேல் உள்ளவர்கள்.

● ஃபேட் (Fat) - அதிகக் கொழுப்பும் உடற்பருமனும் உள்ளவர்கள்.

● ஃபெர்ட்டிலிட்டி (Fertility) - அதிகக் குழந்தைகள் பெறுகிறவர்கள் அல்லது கருவுறுதலில் பிரச்னை உள்ளவர்கள்.

7

முடக்கிப்போடும் மூட்டுவலி!

வயதான காலத்தில் தலைமுடி நரைப்பதைப்போல் மூட்டுவலி வருவதும் முதுமையின் அடையாளம்தான் எனக் கருதிய காலம் ஒன்று உண்டு.

இப்போதோ முப்பது வயதிலேயே 'உட்கார்ந்தால் எழுந்திருக்க முடியல; எழுந்துட்டா உட்கார முடியல! மூட்டுவலி ஆளைக் கொல்லுது' என்று முணுமுணுக்கும் நபர்களின் எண்ணிக்கை அதிகரித்துக் கொண்டிருக்கிறது. காரணம், ஓபிசிட்டி!

உடலில் அசையும் மூட்டுகளில் மிகப் பெரியது முழங்கால் மூட்டு. நாம் நடக்கும்போது, ஓடும்போது, மாடிப்படி ஏறும்போது, உட்கார்ந்து எழுந்திருக்கும் போது, டான்ஸ் ஆடும்போது என சகல அசைவுகளின் போதும் உடல் எடையைத் தாங்கும் முதன்மையான மூட்டு இதுதான்.

முழங்கால் மூட்டில் பாதிப்பு ஏற்பட்டால், அங்கு வீக்கம் ஏற்பட்டு, கடுமையாக வலிக்கும். அசைவுகளும் குறைந்துவிடும். நம் இஷ்டத்துக்கு முழங்காலை மடக்க முடியாது; நீட்ட முடியாது.

முழங்கால் மூட்டில் குருத்தெலும்புப் பகுதியில் 'சைனோவியம்' என்கிற சவ்வுப்படலம் இருக்கிறது. மூட்டுகள் அசையும்போது அதிர்வுகளைத் தாங்கவும், இரண்டு எலும்புகள் ஒன்றுக்கொன்று ஒட்டிக்கொள்வதைத் தடுக்கவும் இது உதவுகிறது. இதில் ஒரு திரவம்

சுரக்கிறது. சைக்கிள் சக்கரத்துக்கு மசகு போட்டால் அது சுழலும்போது 'கிரீச்' சத்தம் கேட்காது. அதுமாதிரி இந்த சைனோவியல் திரவம்தான் மூட்டுக்கு மசகு தடவுகிறது. நாம் நடக்கும்போது உராய்வைத் தவிர்க்கிறது. அன்ன நடை, அழகு நடை, பூனை நடை... எல்லாமே நமக்கு சாத்தியமாகிறது.

சைனோவியல் சவ்வுக்கு முக்கிய எதிரி ஒபிசிட்டி. 'பிஎம்ஐ' கூடக்கூட அது சைனோவியல் சவ்வை கடுமை யாக அழுத்துகிறது. உதாரணத்துக்கு, ஒரு கிலோ எடை கூடினால் அதைவிட நான்கு மடங்கு அழுத்தம் இந்த சவ்வில் அதிகரிக்கிறது என்றால், அது எவ்வளவு கஷ்டப் பட வேண்டும்? நினைத்துப் பாருங்கள். இந்தக் கஷ்டத்தை ஒரு நாள், இரண்டு நாள் தாங்கிக்கொள்ளலாம். வருஷக்கணக்கில் அட்ஜஸ்ட் செய்ய முடியாதே!

அப்போது சவ்வில் அழற்சி உண்டாகி விரிசல் விழுகிறது. அப்போது பெல்லி கொழுப்பிலிருந்து 'சைட்டோகைன்' எனும் கெமிக்கல் உற்பத்தியாகிறது. அது உடலில் சுற்றிவரும்போது, மூட்டுக்கு வந்ததும், விரிசல் விழுந்த சவ்வில் ஒட்டிக்கொள்கிறது. ஈரம் பட்ட இரும்பைத் துரு அரிக்கிற மாதிரி, இது குருத்தெலும்பை அரித்துவிடுகிறது. இதனால் சவ்வுப்படலம் அழிந்து விடுகிறது.

திரவச்சுரப்பு குறைந்துபோகிறது. இவற்றின் விளைவால் முழங்கால் மூட்டில் இடைவெளி குறைந்து, தொடை எலும்பும் கால் எலும்புகளும் நெருங்கிவந்து, தொட்டு உரசிக் குலாவிக்கொள்கின்றன.

நமக்கோ பஸ் பிடிக்க ஓடுவதிலிருந்து மாடிப்படிகளில் ஏறுவதுவரை வழக்கமான நித்திய கடமைகளைச் செய்வதே சாகச சங்கதிகளாகிவிடும். 'மூவ்' தைலத்தை மூட்டில் தேய்க்க ஆரம்பித்து, புறா ரத்தத்தை மூட்டில் தடவுவதுவரை பல அசட்டுத்தனங்களை செய்து பார்ப் போம். ஆனால், ஒபிசிட்டியைக் குறைக்கவேண்டும் என்று மட்டும் ஒருபோதும் யோசிக்கமாட்டோம்.

அடுத்தடுத்து வலி ஊசிகளைப் போடுவது, ஆயுர்வேத மசாஜ் கொடுப்பது என வலியைக் குறைக்க எல்லாவிதப்

பகீரதப் பிரயத்தனங்களும் செய்துபார்ப்போம். ஒன்றும் ஒர்க் அவுட் ஆகாது. கடைசியில் 'செயற்கை மூட்டு பொருத்த வேண்டும்' என்று ஆர்த்தோ டாக்டர் சொல்லும்போதுதான் 'ஆரம்பத்திலேயே சுதாரித்திருக்க வேண்டும்; ஒபிசிட்டியைக் குறைத்திருக்க வேண்டும்' எனும் ஞானோதயம் வரும்.

ஒபிசிட்டியால் மூட்டில் ஏற்படும் அடுத்த பாதிப்புக்கு 'கவுட்' என்று பெயர். 'ஹைப்பர்யுரிசீமியா' என்று ஒரு பட்டப்பெயரும் இதற்கு உண்டு. ரத்தத்தில் அதிகரிக்கும் யூரிக் அமிலத்தால் இது உண்டாகிறது. யூரிக் அமிலம் எங்கிருந்து வந்தது? நாம் சாப்பிடும் மட்டன், சிக்கன் அயிட்டங்கள்தான் இதன் ஊற்றுக்கண்கள்.

கொழுப்பு உணவில் உள்ள பியூரின் சத்தை செரிக்கும் போது யூரிக் அமிலம் உண்டாகிறது. இது ஒரு கழிவுப் பொருள். ஆரோக்கியமான உடல் இதைச் சிறுநீரகம் வழியாக வெளியேற்றிவிடும். ஒபிசிட்டி உள்ளவர்களின் சிறுநீரகம் இதை வெளியேற்ற சண்டித்தனம் செய்யும். என்ன காரணம்? ஒபிசிட்டி இருப்பவர்களுக்கு 'இன்சுலின் எதிர்ப்புணர்வு' இருக்கும் என்று பார்த்தோமல்லவா? இது சிறுநீரகத்தைச் செயலிழக்க வைக்கிறது. இதனால், யூரிக் அமிலம் ரத்தத்தில் தேங்குகிறது.

இது கொஞ்ச நாள் உடலுக்குள் வலம் வரும். ஒரு கட்டத்தில் அது போரடித்து விட, 'கேம்ப்' போட இடம் தேடும். இதன் மெயின் கேம்ப் ஆபீஸ் கால் பெருவிரல்கள். மற்ற மூட்டுகள் எல்லாம் இதன் கிளைகள்தான்.

இந்த மூட்டுகளில் வீக்கமும், சிவப்பு நிறத்தில் அழற்சியும், கடுமையான வலியும் ஏற்படும். காலையில் எழுந்ததும் காலை தரையில் வைக்க முடியாது. வலி கொல்லும்!

ஒபிசிட்டி காரணத்தால் மூட்டுவலிதான் வரும் என்றில்லை. உடல்வலி, இடுப்புவலி, முதுகுவலி, தசைவலி, தசைநார் வலி என எல்லா வலிகளும் உடலுக்குள் புகுந்து, 'தானே' புயல்போல் ஆர்ப்பரிக்கும். அதிலிருந்து தப்பிக்க வேண்டுமானால் பெல்லி ஒல்லியாக இருந்தால் தான் முடியும்.

டிரைகிளிசெரைட்ஸ் என்றால் என்ன?

கொலஸ்ட்ரால் கட்டுரையில் டிரைகிளிசெரைட்ஸ் அளவுபற்றிச் சொல்லியிருந்தேன். ஆனால், அதைப்பற்றி கட்டுரையில் குறிப்பிடவில்லை. அதை இப்போது தெரிந்துகொள்வோம்: டிரைகிளிசெரைட்ஸ் என்பவை கொழுப்பின் ஒரு வடிவம். நெய், வெண்ணெய் போன்ற உணவுகளிலிருந்தும், கடலை எண்ணெய், தேங்காய் எண்ணெய் போன்ற தாவர எண்ணெய்களிலிருந்தும் இயற்கையாகக் கிடைக்கிற கொழுப்பு அமிலம். இதன் அளவு அதிகரித்தால், ரத்தத்தில் கொலஸ்ட்ரால் உற்பத்தி அதிகரிக்கும்; இது ஆப்பிள் பெல்லியில் சேமிக்கப்படும். அப்போது ஒபிசிட்டி உண்டாகும்.

8

தோப்பைக்குக் கூட்டாளி குறட்டை!

சிறிய மோட்டார் சத்தம் அளவுக்குக் குறட்டைச் சத்தம் கேட்டுவிட்டால் போதும், அமெரிக்கா, ஐரோப்பா போன்ற மேற்கத்திய நாடுகளில் கணவனும் மனைவியும் டைவர்ஸ் செய்துவிடுகிறார்கள். நல்லவேளை, நம் நாட்டில் அந்த அளவுக்கு இன்னும் 'முன்னேற'வில்லை. படுக்கையைத் தள்ளிப்போடும் அளவுக்குத்தான் தற்போதைக்கு இதன் எல்லை!

மூக்குச் சளி, மூக்கடைப்பு, சைனஸ் தொல்லை, தூசி அலர்ஜி. தைராய்டு பாதிப்பு, டான்சில் வீக்கம் எனக் குறட்டைக்குக் காரணம் சொல்ல டாக்டர்களிடம் ஒரு பட்டியலே இருக்கிறது. ஆனால், இவை எல்லாமே பயப்படும் அளவுக்கானக் குறட்டையை உண்டாக்குவ தில்லை. மேற்சொன்ன பிரச்னைகளைச் சரி செய்து விட்டால் போதும், குறட்டை உடனடியாக 'குட் பை' சொல்லிவிடும்.

ஆனால், ஓபிசிட்டி உள்ளவர்களுக்குத் தவிர்க்க முடியாத ஒரு 'போனஸ்' தொல்லை, குறட்டை. இது சாமானியமாகப் போய்த் தொலையாது. தலையணையை மாற்றினால் சரியாகுமா? தூக்க மாத்திரை சாப்பிட்டால் குறையுமா? யோகா செய்தால் நிற்குமா? என யோசிக்காதவர்கள் இல்லை. ஒட்டிப்பிறந்த ரெட்டைக் குழந்தைகளைப் பிரிக்க முடியாததுபோல், ஓபிசிட்டியையும் குறட்டையையும் பிரிக்க முடியாமல் கஷ்டப்படுபவர்கள்தான் அதிகம்.

அதேவேளை 'குறட்டையால் அடுத்தவர்களுக்குத்தானே தொந்தரவு!' என்று அலட்சியமாகவும் இருக்கமுடியாது! குறட்டை நீடித்தால் ரத்த அழுத்தம் அதிகரிக்கும். சர்க்கரை நோய் வந்துவிடும். மன அழுத்தம், மாரடைப்பு எல்லாமே வரலாம் என்கிற ரீதியில் ஊடகங்கள் பயமுறுத்தும். அப்போது மனசு பதறும்.

இதற்கு என்னதான் செய்வது? கனம் குறட்டையாளர் தலையைப் பிய்த்துக்கொள்வார். இல்லையில்லை.. பழக்கதோஷத்தில் எழுதிவிட்டேன். தொண்டையைப் பிய்த்துக்கொள்வார். வீட்டில் உள்ளவர்களோ சம்பத்தப் பட்டவரின் குறட்டைச் சத்தம் கேட்டு ஆரம்பத்தில் எரிச்சல்படுவார்கள். போகப்போகப் பழகிவிடுவார்கள். பெரும்பாலும் பயப்படமாட்டார்கள்.

இவர்கள் எப்போது பயப்படுவார்கள் தெரியுமா? குறட்டை விடுபவர் 'ஸ்லீப் ஏப்னியா' நிலைமைக்குத் தள்ளப்பட்டால் பயம் வந்துவிடும். அது என்ன 'ஸ்லீப் ஏப்னியா?'.

சுருக்கமாகச் சொன்னால், தூக்கத்தின்போது சுவாசம் நின்றுபோவதுதான் 'ஸ்லீப் ஏப்னியா'. குறட்டை உள்ளவர்கள் எல்லோருக்கும் 'ஸ்லீப் ஏப்னியா' ஏற்படும் என்று சொல்ல முடியாது. ஆனால், ஒபிசிட்டி இருந்து குறட்டை ஏற்பட்டால், 'ஸ்லீப் ஏப்னியா' அவர்களைக் கங்காரு குட்டிமாதிரி ஒட்டிக்கொள்ளும் என்று மட்டும் உறுதியாகச் சொல்ல முடியும்.

ஒருவருக்கு ஏற்படுவது சாதாரணக் குறட்டையா, 'ஸ்லீப் ஏப்னியா' குறட்டையா என எப்படித் தெரிந்து கொள்வது?'

தூக்கத்தில் இரண்டு விதம் உண்டு. 'நான் ரெம்' (Non - REM) தூக்கம், 'ரெம்' (REM) தூக்கம் என்று ஆங்கிலத்தில் சொல்லி உங்களை அச்சுறுத்த விரும்பவில்லை. புரிகிற மாதிரி சொல்கிறேன்... படுத்ததும் ஆரம்பிப்பது மேலோட்டமான தூக்கம். அடுத்து வருவது ஆழ்ந்த தூக்கம். மேலோட்டமான தூக்கத்தின்போது, உடல் தசைகள் சாதாரணமாகத் தளர்ந்திருக்கும். ஆழ்ந்த தூக்கத்தின்போது அதே தசைகள் வழக்கத்தைவிட மிகவும் அதிகமாகத் தளர்ந்து ஓய்வெடுக்கும்.

இப்படி ஆழ்ந்த தூக்கத்தில் எப்போதாவது குறட்டை வருவது சாதாரணமானது. இதற்குப் பயப்படும்படியான காரணம் எதுவும் இருக்காது. முதல்நாள் பிடித்த ஜலதோஷம், மூன்று நாள் மூக்கடைப்பு போன்றவை தான் முக்கியக் காரணமாக இருக்கும்.

குறட்டைச் சத்தம் ஒரே சீராக இல்லாமல், அடிக்கடி சத்தம் கூடிக்குறைவதோடு, சில நேரங்களில் திடீரெனச் சத்தமே இல்லாமல் நின்றுபோவதுதான் சீரியஸான விஷயம். இதுதான் 'ஸ்லீப் ஏப்னியா' குறட்டை!

இது ஏன் ஏற்படுகிறது?

ஓபிசிட்டி உள்ளவர்களுக்கு - முக்கியமாக பிஎம்ஐ 40க்குமேல் உள்ளவர்களுக்கு - கழுத்துத் தசைகளில் உள்ளும் வெளியிலும் அளவுக்கு மீறி கொழுப்புப் படிந்து விடுகிறது. இது தொண்டையின் உள்ளளவைக் குறைத்து விடுகிறது. இதன் கொடுமை பகலில் அவ்வளவாக இவர்களுக்குத் தெரிவதில்லை. ஆனால், இரவில் ஆழ்ந்த தூக்கத்தின்போது, தொண்டைத் தசைகள் நன்றாகத் தளர்ச்சி அடைகிற நேரத்தில், ஓபிசிட்டியால் ஏற்கெனவே குறுகிப்போன தொண்டைத் துவாரம் இன்னும் மோசமாகிவிடுகிறது. இதுதான் இவர்களுக்கு வினையாகிறது.

பிரதானச் சாலையில் ஜாக்டோ-ஜியோ என்று ஏதாவது அமைப்பில் உள்ளவர்கள் ஆர்ப்பாட்டம், வாகன மறியல் என ஒட்டுமொத்தமாக அமர்ந்துவிட்டால், 108 ஆம்புலன்ஸும் அவசரத்துக்கு வழி கிடைக்காமல் திண்டாடுமல்லவா? அதுமாதிரிதான் தூக்கத்தில் தொண்டையில் துவாரமே இல்லாத அளவுக்கு, கொழுப்புத் தசைகள் தளர்ந்துவிட்டால், மூச்சுப்பைக்குள் மூச்சு நுழைய முடியாது; அதையும் மீறி மிகவும் சிறுத்துவிட்ட அந்தத் துவாரம் வழியாக மூச்சுக் காற்று செல்ல முயற்சிக்கும்போது குறட்டைச் சத்தம் எழுவது தவிர்க்க முடியாது. இது புல்லாங்குழல் தத்துவத்தால் விளைவது.

குறட்டை பாதிப்பு உள்ளவர்களுக்கு அடிக்கடி இப்படி மூச்சுத்தடை ஏற்படும்போது, ஆக்ஸிஜன் மூளைக்குச் செல்ல முடியாது. அங்கே ஆக்ஸிஜன் அளவு கொஞ்சம்

கொஞ்சமாகக் குறைந்து, ஒரு கட்டத்தில் முழுவதுமாக இல்லாமல் போய்விடும். இதனால் மூச்சு விடுவது தடைபடும். சிறிது நேரம் குறட்டை சத்தம் நின்றுவிடும். இந்த நேரத்தில் பக்கத்தில் படுத்திருப்பவர்கள், 'என்ன ஆச்சு, சத்தத்தையே காணோம்?' என்று பதறியடித்து எழுந்திருப்பார்கள். அதே நேரத்தில், குறட்டையாளரின் மூளையும் விழித்துக்கொள்ளும். அது உடலில் ஒருவித அதிர்வை உண்டாக்கி, மூச்சுப்பாதை மீண்டும் திறந்து கொள்ள வழிசெய்யும். இதனால்தான், ஓபிசிட்டி உள்ளவர் கள் குறட்டை விடும்போது திடீரெனக் குறட்டை நின்று போவதும், அடுத்த சில நொடிகளில் அவர் உடலைக் குலுக்கிக்கொண்டு மீண்டும் மூச்சுவிடத் தொடங்குவதும் நிகழ்கிறது.

இப்படிப்பட்ட நிலைமை குறட்டையாளர்களுக்கு முதலில் தெரியாது. அருகில் உள்ளவர்கள் சொன்னாலும் கேலியாக இருக்குமோ என்றுதான் நினைக்கத் தோன்றும். போகப்போக இவர்களே இதை உணரும் சந்தர்ப்பங்கள் வரும். எப்படி? இவர்கள் தூக்கத்தின் போது, மூச்சு விடமுடியாமல் சிரமப்பட்டு, கழுத்தை யாரோ நெருக்குவது போல் உணர்ந்து, திடுக்கிட்டு எழுந்துகொள்வார்கள். இதனால், காலையில் எழுந்திருக்கும்போது நாக்கு வறண்டு தொண்டையோடு ஒட்டிக்கொண்ட உணர்வுடன் தாகம் எடுக்கும். இது அடிக்கடி நடக்கும்.

இதை அலட்சியப்படுத்தினால், அன்றாட வேலைகளைச் செய்யமுடியாத அளவுக்கு உடல் களைப்படையும். காலையில் எழுந்திருக்கும்போது புத்துணர்ச்சி என்பதே இல்லாமல் போகும். பகலில் கண்ட நேரங்களில் தூக்கம் வந்துபடுத்தும். உடலில் பிளட் பிரஷர் கூடும். 'இன்சோம்னியா' எனும் இரவுத் தூக்கம் இல்லாத நிலைமைக்குக் கொண்டு செல்லும். எனவே, இந்த விஷயத்தில் அக்கறைகொண்டு தகுந்த சிகிச்சை எடுப்பது அவசியம்.

என்ன சிகிச்சை?

'ஸ்லீப் ஸ்டடி' செய்து, ஸ்லீப் ஏப்னியா பிரச்னையை அளந்து, 'ஓரல் அப்ளையன்ஸ் சிகிச்சை', 'சிபாப்'

மெஷின் பொருத்தும் சிகிச்சை, யுபிபிபி, கோபிலேஷன் டர்பினோபிளாஸ்டி... இப்படி வாய்க்குள் நுழையாத பெயர்களில் பல அறுவை சிகிச்சைகள் உள்ளன. இவை எல்லாவற்றையும்விட பெஸ்ட் சாய்ஸ் ஒன்றே ஒன்று தான். அது பருத்த பெல்லியை ஒல்லியாக்கும் சிகிச்சை.

9

ஒபிசிட்டியைத் தேடிவரும் சினைப்பை நீர்க்கட்டி!

மனித உடலை 'ஒரு காற்றடைத்த பை' என்று சொன்னார், பட்டினத்தார். அந்தப் பெரிய பைக்குள்தான் பித்தப்பை, சிறுநீர்ப்பை, கருப்பை, சினைப்பை எனப் பலதரப்பட்ட சின்னச் சின்ன பைகள் இருக்கின்றன.

இந்தப் பைகளுக்குள் இன்னின்னவைதான் இருக்க வேண்டும் என்று இயற்கை விதித்து இருக்கிற நியதி ஒன்று உண்டு. இதற்கு எதிராக, சில சமயம் இவற்றில் கட்டியும் நீரும் தோன்றிவிடுவது உண்டு. அது சாதாரண மாகவும் இருக்கலாம்; புற்றுநோயாகவும் இருக்கலாம்.

ஒபிசிட்டி தொடர்பான கட்டிகளைப் பொறுத்தவரை பெண்களுக்கு ஏற்படும் சினைப்பை நீர்க்கட்டிகள் முக்கியமானவை. முன்பெல்லாம் பரம்பரை காரணமாக எங்கோ எவருக்கோ என சிலருக்கு மட்டும் வந்து கொண்டிருந்த சினைப்பை நீர்க்கட்டி பிரச்னை, தற்போதைய உணவுமுறை மாற்றங்களால், 'இது யாருக்குத்தான் இல்லை?' என்று கேட்கும் நிலைக்கு 'முன்னேறி'விட்டது.

உங்களுக்கு காலேஜ் போகும் வயதில் ஒரு கன்னி இருந்து, அவளுக்குக் கொஞ்சம் ஒபிசிட்டியும் இருந்து, மாதாமாதம் பிரீயட்ஸ் வரவில்லை என்ற கவலையோடு மகப்பேறு மருத்துவரிடம் சென்றிருந்தால், 'வயித்தை ஒரு அல்ட்ரா சவுண்ட் எடுத்து 'பிசிஒடி' இருக்கான்னு பார்த்துடுவோம்' என்று சொல்லியிருப்பார். உங்களுக்கு

அது புரியாமல், 'என்ன சொல்றீங்க டாக்டர்?' என்று கேட்டிருப்பீர்கள்.

'பிசிஓடின்னா (PCOD) சினைப்பையில் வருகிற ஒரு வகை நீர்க்கட்டி. உங்க பெண்ணுக்கு பிள்ஸ் அதிகமா இருக்கு. இப்போவெல்லாம் ரொம்ப சின்ன வயசிலேயே இந்த நீர்க்கட்டி வருது. அதற்கு ஒபிசிட்டிதான் முக்கியக் காரணமா இருக்கு. அதனால உங்க பெண்ணுக்கும் இந்த நீர்க்கட்டி இருக்கலாம்னு சந்தேகப்படுகிறேன். சினைப்பை நீர்க்கட்டி இருந்தால் பீரியட்ஸ் பிராப்ளம் வரும்' என்று மருத்துவர் விளக்கியிருப்பார்.

அது என்ன சினைப்பை நீர்க்கட்டி?

கருப்பையின் இரண்டு பக்கமும் தலா ஒரு பாதாம் பருப்பு சைஸில் இருப்பதுதான் சினைப்பை. ஆங்கிலத்தில் சொன்னால், ஓவரி. பருவமான பெண்களுக்கு மாதாமாதம் 'விலக்கு' வருவதற்கும், திருமணமான பெண்களுக்குக் குழந்தை உருவாவதற்கும் தேவையான சினை முட்டையை மாதம் ஒன்று என்ற கணக்கில் உண்டாக்கித் தரும் அட்சயப் பாத்திரம்.

இதிலுள்ள நாளமில்லா சுரப்பிகள் ஈஸ்ட்ரோஜென், புரோஜெஸ்ட்ரான் எனும் ஹார்மோன்களைச் சுரப்பதால் தான் ஒரு பெண்ணிடம் பெண்மையைக் காட்டும் வளைவு நெளிவுகளும், மார்பக வளர்ச்சியும் காணப்படு கின்றன. இந்தச் சுரப்பிகள் ஆண்களுக்கான ஆன்ட்ரோஜென் எனும் ஹார்மோனையும் சுரக்கின்றன. இது அளவோடு சுரந்தால் ஆபத்து இல்லை; அளவுக்கு மிஞ்சும்போதுதான் பிரச்னையே!

காய்ச்சிய பால் தயிராக வேண்டுமானால் இத்தணுண்டு உறை மோர் ஊற்றினால் போதும். காய்ச்சிய பாலுக்கு நிகராக உறை மோரையும் ஊற்றிவிட்டால், அது தயிராகாது; திரட்டுப்பாலாகிவிடும் அல்லவா? அதுமாதிரிதான் ஒபிசிட்டி உள்ளவர்களுக்கு ஆன்ட்ரோஜென் ஹார்மோன் அதிகமாகச் சுரப்பதுதான் பிசிஓடியின் ஆரம்பகட்டம்.

சினைப்பையைச் சுற்றித் தேனடைபோல் சிறு சிறு கட்டிகள் தோன்றுவதைச் சினைப்பை நீர்க்கட்டிகள் என்கிறோம். எரியும் நெருப்பில் எண்ணெயை ஊற்றும் கதையாக, இவை இன்னும் அதிகமாக ஆன்ட்ரோஜென்

ஹார்மோனைச் சுரக்கின்றன. இதனால் இந்தப் பெண்களுக்கு ஆண்மைத் தன்மைகளும் அதிகரிக் கின்றன. முகத்திலும் உடலிலும் தேவையில்லாமல் முடிகள் முளைக்கின்றன. மாதவிலக்குத் தள்ளிப் போகிறது. எப்போது மாதவிலக்கு ஏற்படும் என்று கணக்குச் சொல்லமுடியாது; சிலருக்கு மாதவிலக்கு நின்றும் போகிறது. இவை எல்லாவற்றையும்விட முகப்பரு பிரச்னை படுத்தியெடுக்கும்.

இவர்களுக்கு இன்சுலின் அதிகமாகச் சுரக்கும். என்றாலும், அதைப் பயன்படுத்த முடியாத அளவுக்கு உடலில் இன்சுலின் எதிர்ப்புணர்வு அதிகரிப்பதால், சின்ன வயதிலேயே நீரிழிவும் வந்துவிடும்.

ஓபிசிட்டியைக் கட்டுப்படுத்தாமல் திருமணம் செய்து கொண்டால், அந்தப் பெண்களுக்குக் குழந்தை உண்டாவதிலும் தடை உத்தரவு. என்ன காரணம்? உடலில் அளவுக்கு மீறி கொழுப்பு சேரும்போது, அந்தக் கொழுப்புத் திசுக்கள் சில ஹார்மோன்களை அதிகப் படியாகச் சுரக்க ஆரம்பித்துவிடும். குறிப்பாக, பிசிஓடி உள்ளவர்களுக்கு அம்மாதிரியாக ஈஸ்ட்ரோஜென் ஹார்மோன் சுரக்கப்படும்போது, அதன் அளவு அதிகமாகிவிடுவதால், சினைப்பையில் சினை முட்டை உண்டாவது தடைபடுகிறது.

அடுத்து, மெலடோனின் எனும் ஹார்மோனும் ரத்தத்தில் அதிகரிக்கிறது. இதுவும் ஆன்ட்ரோஜென் ஹார்மோனை அதிகப்படுத்துகிறது. இந்த நிலைமையைச் சீராக்க பிட்யூட்டரி சுரப்பியிலிருந்து சில ஹார்மோன்கள் வீறு கொண்டு எழுகின்றன. என்றாலும், எல்லாமே கடலில் கலக்கும் பெருங்காயம்போல் ஓபிசிட்டி கொழுப்பில் கரைந்து வீணாகிவிடுகின்றன. இதனால், அவர்களுக்கு மாதவிலக்கு ஏற்படுவதிலும் சிக்கல்! அதன் தொடர்ச்சி யாகக் குழந்தை உண்டாவதும் சிரமம்!

ஹார்மோன் டெஸ்டுகள், அல்ட்ரா சவுண்ட் ஸ்கேன் எனப் பல பரிசோதனைகளைச் செய்துவிட்டு, பிசிஓடி உறுதியானால், சில ஹார்மோன் மாத்திரைகள் கொடுத்து சினை முட்டை வெளியேற வழி செய்கிறார்கள். இதில் மாதவிலக்குச் சீராகவில்லை என்றால், சர்ஜரி செய்கிறார் கள். இதன் மூலம் சினைப்பையைச் சுற்றியுள்ள

நீர்க்கட்டிகளை அகற்றி ஆன்ட்ரோஜன் ஹார்மோன் சுரப்பதைக் கட்டுப்படுத்துகிறார்கள்.

இன்னும் சிலருக்கு லேப்பராஸ்கோப் சிகிச்சையில் லேசர் ஒளியைப் பயன்படுத்தி, சினைப்பையிலுள்ள தேவையில்லாத திசுக்களை அகற்றுகிறார்கள். இப்படிப் பலதரப்பட்ட சிகிச்சைகள் பிசிஓடி உள்ளவர்களுக்குத் தரப்பட்டாலும் எல்லாமே தற்காலிகமானவைதான். சிகிச்சையை நிறுத்தியதும் பிசிஓடி 'நான் உள்ளேன், ஐயா' என்று திரும்பி வந்துவிடும்.

எனவே, இவர்களுக்கான சரியான சிகிச்சை ஒபிசிட்டிக்கு 'விலங்கு' மாட்டுவது மட்டுமே. அதற்கு உணவைக் குறைக்க வேண்டும். உடற்பயிற்சிகளைக் கூட்ட வேண்டும். அந்த ரகசியங்களைக் கூடிய சீக்கிரத்தில் தெரிந்து கொள்ளலாம்.

10

தோப்புள்கொடி உறவு!

பணக்காரப் பெண்மணி அவர். வயது நாற்பத்தி ஐந்து. அணியும் உடைக்கும் நகைக்கும் மட்டுமல்ல அவர் உடல் எடைக்கும் பஞ்சமில்லை. பிஎம்ஐ 45க்குக் குறையாது. நகரிலுள்ள சேவா சங்கங்கள் அனைத்திலும் வாரம் தவறாமல் மீட்டிங், மாதம் ஒரு மாநாடு என்று உலகம் முழுவதும் பறந்துகொண்டிருப்பவர். அங்கே பார்ட்டிகளுக்குப் பஞ்சம் இருக்காது.

அதனால், டபிள் எக்ஸ்எல் அளவிலிருந்து டிரிபிள் எக்ஸ்எல் அளவுக்கு 'முன்னேறி'விட்டார். 'பருமனும் அழகுதான்' எனும் பாசிட்டிவ் கான்செப்டில் உள்ளவர்.

ஒருமுறை அவர் 'ரொம்பவும் பலஹீனமாக இருக்கிறேன். அனீமிக்கா இருக்குமோ? பாதமெல்லாம் வீங்கிப் போச்சு. ஆறு மாதங்களாக இந்தத் தொல்லை இருக்கு' என்று குடும்ப டாக்டரிடம் போயிருக்கிறார். அவருக்குப் பல்வேறு பரிசோதனைகள் செய்ததில், குடல் கேன்சர் தாக்கப்பட்டிருந்தது தெரிந்தது.

இந்தச் செய்தியைச் சொன்னதும் அவரால் தாங்கிக் கொள்ள முடியாமல், 'இந்தக் கொடிய நோய் எப்படி டாக்டர் எனக்கு வந்தது?' என்று 'ஹோ'வென்று அழுது கொண்டே கேட்டார்.

'ஓபிசிட்டிதான் காரணம்'. அந்தப் பெண்மணியால் அதை நம்ப முடியவில்லை. ஓபிசிட்டி இருந்தால், பிபி, டயாபிடிஸ் வரும்; கொலஸ்ட்ரால் கூடும்னு கேள்விப் பட்டிருக்கிறேன். கேன்சர்கூட வருமா?' என்றவரிடம்,

அருகில் இருந்த ஓர் ஆங்கில மருத்துவ இதழைக் காண்பித்திருக்கிறார் டாக்டர். அதில் வந்திருந்த ஓர் ஆய்வுக்கட்டுரை ஓபிசிட்டிக்கும் குடல் புற்றுநோய்க்கும் உள்ள 'தொப்புள்கொடி உறவை'த் தெளிவாகப் படம் பிடித்துக் காட்டியது. அதைப் படித்த பிறகுதான் நம்பினார். கண் கெட்ட பிறகு சூரிய நமஸ்காரம்!

அந்தப் பெண்மணி மட்டுமல்ல, இன்னும் பல பேர் புகை பிடித்தால்தான் புற்றுநோய் வரும்; மது குடித்தால்தான் ஆபத்து வரும் என்ற பழங்கால நம்பிக்கையில் இருக்கின்றனர். நாகரிகம் வளர வளர நாம் சாப்பிடும் மேற்கத்திய உணவும், உடல் எடையும் பல நோய்களுக்குப் பாய் விரிக்கின்றன.

ஓபிசிட்டி உள்ள பெண்களுக்கு மார்பகப் புற்றுநோய், கருப்பைப் புற்றுநோய், சினைப்பைப் புற்றுநோய்க்கு அடித்தபடியாக இப்போது அதிகரித்து வரும் முக்கியப் புற்றுநோய் பெருங்குடல் - மலக்குடல் புற்றுநோய்.

பெரும்பாலும் மரபியல் ரீதியாகத்தான் இது ஏற்படுகிறது. நம் உடலில் உள்ள ஒவ்வொரு செல்லும் இந்த நேரத்தில் பிறக்க வேண்டும், இந்த நேரத்தில் பெருக வேண்டும், இந்த நேரத்தில் அழிய வேண்டும் என்பதை அந்த செல்லில் உள்ள ஜீன் - அதாவது மரபணு - தான் தீர்மானிக்கிறது.

இந்த மரபணுவில் ஏதாவது ஒரு தப்பு நடந்துவிட்டால் எல்லாமே தலைகீழாகிவிடும். அழிய வேண்டிய செல்கள் ஆரவாரத்துடன் வளர ஆரம்பித்துவிடும். இதைக் கட்டுப்படுத்துவதற்கு அங்கு வழியில்லை என்பதால், அருகிலுள்ள உறுப்புகளையெல்லாம் களேபரம் செய்துவிடும். இதுதான் புற்றுநோய்.

இப்படித் தப்பாகிப்போன மரபணுக்கள் அப்பா, அம்மாவிடமிருந்து வாரிசுகளுக்கும் வந்துவிடும். அப்போது அவர்களுக்கும் 'பத்திரம் இல்லாத சொத்தாக' புற்றுநோய் வந்து சேரும்.

சரி, ஓபிசிட்டிக்கும் புற்றுநோய்க்கும் என்ன உறவு?

உடலில் கொழுப்புத் திசுக்கள் அதிகமிருந்தால், அந்தச் செல்கள் புற்றுச் செல்களாக மாறுவதற்குத் தயங்குவதே இல்லை. கொழுப்பு செல்களில் ஈஸ்ட்ரோஜன்

ஹார்மோன் அதிகமாகச் சுரப்பதுதான் இதற்குக் காரணம். அது கொழுப்புச் செல்களைத் தூண்டிக்கொண்டே இருக்கும்.

ஒருவர் சொன்னதையே திரும்பத் திரும்பச் சொன்னால் நமக்கு எரிச்சல் வருமல்லவா? அதுமாதிரிதான் கொழுப்புச் செல்லுக்கும் கோபம் வருகிறது; அதன் வெளிப்பாடாக கேன்சர் செல்லாக மாறிவிடுகிறது.

அடுத்து, தேன் உள்ள இடத்தில்தான் தேனீக்களும் சுற்றும். அது மாதிரி ஓபிசிட்டி உள்ளவர்களுக்கு எல்டிஎல் எனும் கெட்ட கொலஸ்ட்ராலும் அதிகமாக இருக்கும். கேன்சர் செல்கள் வளர்வதற்குக் கொழுப்பு தேவைப்படுகிறது. அதிலும் கெட்ட கொலஸ்ட்ரால் என்றால், இந்த செல்களுக்கு ரொம்பவே இஷ்டம்.

எனவே, இவர்கள் உடலிலுள்ள கெட்ட கொலஸ்ட்ராலை சாப்பிட்டுச் சாப்பிட்டு செயற்கைக் கோளை விண்ணுக்கு அனுப்பும் ராக்கெட் வேகத்தில் கேன்சர் செல்கள் வளர்கின்றன.

ஓபிசிட்டி உள்ளவர்களுக்குக் குடல் புற்றுநோய் ஏன் வருகிறது? அதையும் இப்போது தெரிந்துகொள்ளலாம்.

குடல் கேன்சரை அதிகக் கொழுப்புள்ள உணவுகள் ஓட்டு கேட்டு வரும் வேட்பாளர்போல் இரு கரம் கூப்பி வரவேற்கும். கொழுப்புணவைச் செரிக்க பித்த உப்புக்கள் அதிகம் தேவைப்படும். அவை 'ஓவர் டோஸ் ஆகி' பெருங்குடலின் சுவரில் அடிக்கடி தங்கும். இது பலருக்கு ஆபத்தாகிவிடும்.

கை கொடுக்க வந்தவனே காலை வாரிய கதையாக இந்த உப்புக்களே கேன்சருக்கு ஊற்றுக்கண்களாக மாறிவிடும்.

இந்த மாற்றங்கள் சத்தமில்லாமல்தான் நடக்கும். இந்த கேன்சர் இருப்பது வெளியில் தெரிய பல நாட்கள், வாரங்கள், ஏன் மாதங்கள்கூட ஆகலாம். ஆரம்பத்தில் மலக்குடல் வாய்ப்பகுதியில் லேசாக ரத்தக்கசிவு ஏற்படும். அது நமக்குத் தெரியாது. தொடர்ந்து நாட்கணக்கில் கொஞ்சம் கொஞ்சமாக மலத்தின் வழியே ரத்தம் வெளியேறிக்கொண்டே இருக்கும். இதனால், ரத்தசோகை ஏற்படும். உடனே உஷாராகிவிட வேண்டும்.

ஓபிசிட்டி உள்ளவர்களுக்கு மலத்தில் ரத்தம் வருகிறது, பசி எடுப்பதில்லை, எடை குறைகிறது, ரத்தசோகை ஏற்படுகிறது, காரணம் தெரியாமல் களைப்பு உண்டாகிறது, அடிக்கடி வயிறு வலிக்கிறது... இப்படி ஏதாவது ஒரு சில சமாசாரங்கள் சிரமம் தந்தால், குடலில் கேன்சர் குடியேறிவிட்டது என்று அர்த்தம். வயிற்றில் கட்டி தெரிவது, குடல் அடைத்துக்கொள்வது, வாந்தி வருவது... இவை எல்லாமே கடைசி கட்ட அறிகுறிகள்.

குடல் கேன்சரை ஆரம்பத்திலேயே கவனித்துவிட்டால் பூரணமாகக் குணப்படுத்திவிடலாம். இதற்கு 'கொலனோஸ்கோப்பி' எனும் டெஸ்ட் உள்ளது. குடல் கேன்சர் வந்த குடும்பத்தில் பிறந்தவர்கள், 30 வயதில் இந்தப் பரிசோதனையை செய்துகொள்ள வேண்டும்.

பொதுவாக, இந்த கேன்சருக்கு சர்ஜரி, கீமோதெரபி, ரேடியோதெரபி என்று மூன்று வகை சிகிச்சைகள் உள்ளன. எது தேவை என்பதை சர்ஜன்தான் முடிவு செய்ய வேண்டும்.

இவ்வளவு சிரமங்கள் ஏன் பட வேண்டும்? பெல்லி உடலை இளைக்க வைத்துவிட்டால், கேன்சரைத் தடுப்பதும் சுலபமாகிவிடுமே!

11

சண்டித்தனம் செய்யும் சிறுநீரகம்!

ஒபிசிட்டி உள்ளவர்களுக்குச் சிறுநீரகமும் சண்டித்தனம் செய்யும் என்பது பலருக்கும் தெரியாத விஷயம். ஆனால், அறிவியல் ரீதியாக உறுதி செய்யப்பட்டுள்ள மருத்துவ விஷயம்.

ஒருமுறை 'அடிக்கடி வாந்தி, மயக்கம் வருவதாக' இருபது வயது இளைஞனை என்னிடம் அழைத்து வந்தனர், அவன் பெற்றோர். பரிசோதித்ததில் அவனுக்கு பிளட் பிரஷர் எகிறியிருந்தது. சிறுநீரில் உப்பு கலந்திருந்தது. அவனுடைய சிறுநீரகம் பல விதங்களில் பாதித்திருப்பது தெரிந்தது.

'உங்கள் பையனுக்குச் சிறுநீரகங்கள் சரியாக வேலை செய்யவில்லை. அதனால் ரத்த அழுத்தம் அதிகரித்து, மயக்கம் வருகிறது, வாந்தி எடுக்கிறான்' என்றேன். அந்தப் பெற்றோர் என் வார்த்தைகளை நம்பவில்லை. 'இந்தச் சின்ன வயசிலேயே சிறுநீரகங்கள் கெட்டுப் போகுமா? இத்தனைக்கும் அவனிடம் எந்தக் கெட்ட பழக்கமும் இல்லையே!' எனத் திரும்பத் திரும்பக் கேட்டனர்.

'ஒபிசிட்டி இருந்தால் சிறுநீரகம் பாதிப்பதற்கு வயதெல்லாம் ஒரு தடையில்லை. உங்கள் மகனுக்கு பிஎம்ஐ 42. வயசுக்கு மீறி உடலை வளர்ப்பதும் ஒரு கெட்ட பழக்கம்தான்' என்றேன்.

பிறகு, 'உடல் எடையைக் குறைத்தால், சிறுநீரகங்கள் சரியாகிவிடும், கவலைப்படவேண்டாம்' என்று ஆறுதல்

சொன்னதும், அந்த இளைஞன் உடல் எடையைக் குறைப்பதில் தீவிரமாக இறங்கி, ஒரே வருஷத்தில் சரியான பிளம்ஜக்குக் கொண்டுவந்ததும், அவனுடைய பிளட் பிரஷர் மகுடிக்குக் கட்டுப்பட்ட பாம்புபோல் கட்டுப்பட்டது.

ஓபிசிட்டிக்கும் பிபிக்கும் என்ன தொடர்பு?

சிறுநீரைப் பிரிப்பது சிறுநீரகத்தின் வேலை என்பது பலருக்கும் தெரிகிறது. ஆனால் அது பள்ளிக்கூட ஆயா மாதிரி பல வேலைகளைச் செய்யக்கூடியது என்பதை எடுத்துச் சொன்னால்தான் புரிகிறது. பள்ளி வளாகத்தைச் சுத்தமாக வைத்துக்கொள்வதுதான் ஆயாவின் பிரதான வேலை. ஆனால், எல்கேஜி குழந்தை வாந்தி எடுத்து விட்டால், அதை ஆயாதான் சுத்தப்படுத்துவாள்; அவசரத்தில் அந்தக் குழந்தை 'இன்ன'ரில் நம்பர் டூ போய் விட்டால், தண்ணீர் விட்டுக்கழுவி, அலசி சுத்தம் செய்யவும் ஆயா தயங்கமாட்டாள்.

இப்படித்தான்... நம் ரத்தத்தில் தேங்கும் குப்பைகளை யெல்லாம் வடிகட்டி சிறுநீரில் வெளியேற்றுவது, எலும்புகளைக் காப்பது, ரத்த உற்பத்திக்கு உதவுவது, உடம்பின் அமிலம் கார அளவுகளைச் சரிவிகிதத்தில் வைத்துக்கொள்வது, சோடியம், பொட்டாசியம், கால்சியம் தாதுக்களைச் சரியான அளவுகளில் பராமரிப்பது எனப் பல வேலைகளை இழுத்துப் போட்டுக்கொண்டு செய்கிறது சிறுநீரகம்.

இன்னொரு முக்கியமானது பிளட் பிரஷரை ஏற, இறங்க விடாமல் பார்த்துக்கொள்வது. இதற்கு ரெனின், ஆஞ்சியோடென்சின் எனும் இரண்டு ஹார்மோன்களைச் சுரக்கிறது சிறுநீரகம். ஓபிசிட்டி உள்ளவர்களுக்கு லெப்டின் எனும் கொழுப்புத் துகள் அதிகமாகச் சுரக்கும். இது ஒரு டெங்கு கொசு மாதிரி. எப்படி டெங்கு கொசு கடித்தால் காய்ச்சல் வருகிறதோ, அப்படித்தான் லெப்டின் சிறுநீரகத்துக்குள் சென்று 'கடி'த்தால் இப்போது சொன்ன இரண்டு ஹார்மோன்கள் சுரப்பது குறைந்துவிடும். பிபி உயர்ந்துவிடும்.

அடுத்து ஒரு முக்கியத் தகவல் இது. குழந்தைகளுக்கு ஓபிசிட்டி இருந்தால், 'சிறுநீரக உயர் ரத்த அழுத்தம்' (Renal Hypertension) என்று ஒரு தனிப்பட்ட ரத்த அழுத்த

நோய் வருகிறது. எவ்வளவு மாத்திரைகளைச் சாப்பிட்டாலும் இது சரிப்படாது; உடல் எடையைக் குறைத்தால்தான் சரியாகும். இதுதான் முதலில் சொன்ன இளைஞனுக்கு ஏற்பட்டது. அவன் உடல் எடையைக் கட்டுப்படுத்தியதும் பிபியும் கட்டுப்பட்டது.

இந்த நோய் எப்படி ஏற்படுகிறது?

ஒபிசிட்டி கடுமையாக இருந்தால், உப்புத் தண்ணீர்க் குழாய்களில் உப்புப் படிந்து அடைப்பதைப்போல, கொழுப்புத் துகள்கள் சிறுநீரகத்தின் ரத்தக்குழாய்களில் படியத்தொடங்கும். ஒரு கட்டத்தில் அதை முழுவதுமாக அடைத்துக்கொள்ளும். அப்போது சிறுநீரகம் ஸ்ட்ரைக் செய்யும். இதனால் பிபி கூடும். வாந்தி வரும். தலைவலிக்கும். மயக்கம் எட்டிப் பார்க்கும்.

ஒபிசிட்டி - சிறுநீரகம் கூட்டுப் பாதிப்பின் அடுத்த கட்டம் இது. டைட் பேண்ட் அணிந்துகொண்டு பணிக்குச் சென்றால், அன்று முழுவதும் அடிவயிறு என்ன அவஸ்தைப்படுகிறது? கொஞ்சம் யோசித்துப் பாருங்கள். உடலில் கொழுப்புத் திசுக்கள் அளவுக்கு மீறும்போது, அவை சிறுநீரகங்களை அழுத்திக் கொண்டே இருந்தால், என்னமெல்லாம் கஷ்டப்படும்?

இப்படிக் கஷ்டப்படும்போது சிறுநீரகத்தின் உள் அழுத்தம் அதிகரித்து ரத்தக் குழாய்களைப் பாதிப்பதால் பிபி ஏற்றம் அடைகிறது.

ஒருவருக்கு ஒபிசிட்டியும் இருக்கிறது; நீரிழிவும் இருக்கிறது; பிபி எப்போதும் அதிகமாகவே இருக்கிறது என்றால், எக்கச்சக்க கவனம் தேவை. முப்படைகளும் சேர்ந்து தாக்கினால் எந்த ஒரு நாடும் சின்னாபின்னமாகிப் போகுமல்லவா? அந்த மாதிரிதான் இதுவும். சிறுநீரகம் இவர்களுக்குப் பல வழிகளில் சேதமடைந்து செயலிழக்க ஆரம்பிக்கும். 'சிகேடி' (Chronic kidney disease - CKD) எனப்படும் நாட்பட்ட சிறுநீரகச் செயலிழப்பில் கொண்டுபோய் விட்டுவிடும். இது மிகவும் ஆபத்தான நோய்நிலை.

இவர்கள் வருஷத்துக்கு ஒருமுறை மாஸ்டர் ஹெல்த் செக்-அப் செய்யவேண்டியது கட்டாயம். அத்தோடு மாதம் ஒருமுறை ரெகுலர் மருத்துவ செக்-அப்

செய்துகொள்ள வேண்டியதும் அவசியம். பிபி மற்றும் நீரிழிவைக் கட்டுப்படுத்துவதில் அக்கறைவேண்டும். ஓபிசிட்டியைக் குறைக்கவேண்டும். இதற்கு உணவுக் கட்டுப்பாடு முக்கியம். கடுமையான உடற்பயிற்சிகள் அவசியம். அப்போதுதான் சிறுநீரகத்துக்கு ஏற்படுகிற சீரழிவை ஆரம்பக் கட்டத்திலேயே சிறைபிடிக்க முடியும்.

12

டீன் ஏஜ் நோயாளிகள்!

இந்தியாவில் 13 முதல் 19 வயதுக்கு உட்பட்டவர்கள் 40 கோடி பேர் இருக்கின்றனர். இந்திய மக்கள்தொகையில் முன்பு எப்போதும் இத்தனை டீன் ஏஜினர் இருந்ததில்லை. இவர்கள் எல்லோரும் 'நாளைய இந்தியாவின் நம்பிக்கை நட்சத்திரங்கள்' என்று காலரைத் தூக்கிக் கொள்ளலாம் என்றால், எஜுஸ்போர்ட்ஸ் (EduSports) எனும் விளையாட்டுக் கல்வி நிறுவனம் இவர்களிடம் நடத்திய ஓர் ஆய்வு முடிவு நம்மைக் கதிகலங்க வைக்கிறது.

இவர்களில் மூன்றில் ஒருவருக்கு ஒபிசிட்டி இருக்கிறது. இவர்களுக்கு உடல் வலிமை இல்லை. ஐந்தில் இருவருக்கு ஓடியாடி விளையாட முடியவில்லை. நான்கில் ஒருவருக்குக் குனிந்து நிமிர முடியவில்லை. இவர்களால் லிஃப்ட் இல்லாமல் மாடிப்படி ஏற முடியவில்லை.

புதுதில்லியில் மேற்கொள்ளப்பட்ட மற்றொரு ஆய்வு சொல்லும் சேதியின் சாரம் இது: டயாபடிஸ் முதல் மனச்சோர்வுவரை பல நோய்கள் இன்றைய டீன் ஏஜினர்களைப் படுத்தி எடுக்கிறது. வயதான பிறகு வரக்கூடிய பல நோய்களுக்கு டீன் ஏஜிலேயே விதை போடப்பட்டுவிட்டன. இதற்கு முழு முதற்காரணம், ஒபிசிட்டி! 'இன்றைய இளைய சமுதாயம் 'ஒபிசிட்டி என்பது ஒரு நோய்' என்பதைப் புரிந்துகொள்ளாமல் வளர்ந்து வருகிறது. இந்தப் போக்கு ஆபத்தானது' என்கிறது அந்த ஆய்வு.

ஆம், பருவ வயதில் பருமானாவது ஏன்?

'ஓடிவிளையாடு பாப்பா, நீ ஓய்ந்திருக்கலாகாது பாப்பா'
- இந்தப் பாடலைப் பாட நூல்களில் படித்தோடு சரி...
என்றோ இது ஏட்டுச்சுரைக்காய் ஆகிவிட்டது.

குழந்தைகள் விடுமுறை நாட்களில் சாப்பிட மறந்து நாள்
முழுவதும் விளையாடிய காலங்கள் மலையேறிவிட்டன.

மாறாக, பொழுதுபோவது தெரியாமல் தொலைக்காட்சி
பார்ப்பது, செல்போனை நோண்டுவது, கம்ப்யூட்டரில்
மூழ்குவது, வீடியோ கேம்ஸ் விளையாடுவது என உடல்
உழைப்பு இல்லாத பொழுதுபோக்குகள் அதிகரித்து
விட்டன. சைக்கிள் ஓட்டுவது, நீச்சல் அடிப்பது போன்ற
நல்ல பழக்கங்கள் மறந்தும் மறைந்தும் வருகின்றன.

பத்தாம் வகுப்புக்கு மேல் படிக்கும் பதின்வயதினரின்
பெற்றோர் தங்கள் பிள்ளைகளின் கல்வி சிறக்க, ஓடியாட
வேண்டிய மாலை நேரங்களில் டியூஷன், கோச்சிங் என்ற
பெயர்களில் அவர்களை முடக்கிவிடுகின்றனர்.

இன்றைய டீன்ஏஜினருக்கு எதிர்காலக் கனவுகளும்
ஆசைகளும் அதிகம். அவற்றை அடைவதற்கான
நிர்ப்பந்தங்களும் அதிகம். பிளஸ் டூ முடித்து நல்ல
கல்லூரிகளில் சேர வேண்டுமானால், பள்ளி மார்க்
மட்டும் போதாது. 'நீட்' போன்ற போட்டித் தேர்வு
களுக்கும் தயாராக வேண்டும். இதனால் போட்டிச்சுமை
அதிகம். இந்தக் கவலைகள் அவர்களைப் பீடித்து
விடுவதால், ஆரோக்கியத்தில் அவர்களுக்குப் பிடிப்பு
இருப்பதில்லை.

பதின்வயதினருக்குப் பருமன் தொற்றுவதற்கு அடுத்த
காரணம், மாறி வரும் உணவுப்பழக்கம். பாடங்களில்
வரும் கணக்குகளை எத்தனைமுறை படித்தாலும் பல
பேர் மறந்துவிடுவதுபோல், உடலில் சேரவேண்டிய
உணவுக் கலோரிகளையும் இவர்கள் மறந்துவிடுகின்றனர்.
இதனால், கலோரிகள் கும்மாளமிடும் 'ஜங்க் ஃபுட்'களை
அதிகமாக விரும்பிச் சாப்பிடுகின்றனர்; கோலா கலந்த
குளிர்பானங்களைச் சுவைத்து மகிழ்கின்றனர்.

இப்படி, பசி வேளைகளில் ஆரோக்கியத்தைக்
கெடுக்கின்ற நொறுக்குத்தீனிகளை வயிற்றுக்குள்

நிரப்பிக்கொள்வதால், இவர்கள் உடலில் இயல்பாகச் சேரவேண்டிய சமச்சீர் சத்துகள் சேராமலேயே போய் விடுகிறது. ஊராட்சித் தேர்தலில் கூட்டணிக் கட்சிகள் தோற்று, சுயேச்சை ஜெயிக்கிற மாதிரி உடலில் கொழுப்பு மட்டுமே கூடிவிடுகிறது.

பெற்றோர் இருவரும் பணிக்குச் செல்பவர்களாக இருந்தால், இன்னொரு கொடுமை நிகழ்கிறது. பள்ளியி லிருந்து பிள்ளைகள் திரும்பி வந்ததும், அவர்களின் தனிமையை விரட்டுவதற்காகவும், பெற்றோரைத் தேடக்கூடாது என்பதற்காகவும் சிப்ஸ், லேஸ், குர்குரே போன்ற சத்து இல்லாத, கலோரிகள் மிகுந்த டிபன் ஐயிட்டங்களை வாங்கிவைத்துவிடுகின்றனர்.

பிள்ளைகள் தொலைக்காட்சி முன்னால் அமர்ந்து கொண்டு இவற்றை அளவு தெரியாமல் கொரிக் கின்றனர். வாரம் முழுக்க ஒளிபரப்பப்படும் டிவி சீரியல் போல் தினமும் இது நிகழ்வதால், தேவைக்கு மேல் அதிகரிக்கும் கலோரி உடலில் கொழுப்பாகத் தேங்குகிறது.

தற்போது டீன்ஏஜினர் மத்தியில் புதிய கலாச்சாரம் ஒன்று பரவி வருகிறது. காய்கறிகளைச் சாப்பிடுவதே கேவலம் என்று கருதி, அவற்றைச் சாப்பாட்டில் சுத்தமாக ஒதுக்கிவைத்துவிடுகின்றனர்.

நம் பாரம்பரிய உணவுப் பழக்கத்தில் கூட்டு, பொரியல், அவியல் என்று காய்கறி, கீரை, பழம் ஆகியவற்றின் மூலம் உடலுக்குத் தேவையான வைட்டமின்கள் கிடைத்துக்கொண்டிருந்தன.

ஆனால், இன்றோ நாகரிக உணவுகள் என்ற பெயரில் புரோட்டா, நாண், நூடுல்ஸிலிருந்து 'கார்போ'வும், எண்ணெயில் குளித்த, வறுத்த, பொரித்த பீட்ஸா, பர்கர், சிக்கன், மட்டனிலிருந்து கொழுப்பும் கிடைக்கின்றன. இதனால் ஓபிசிட்டி வந்துவிடுகிறது.

அமாவாசை இருட்டில் ஒண்டித் திருடன் மட்டும்தான் வீட்டுக்குள் புக வேண்டும் என்பது சட்டமா, என்ன? கொள்ளைக்கார கும்பலும் புகலாம் அல்லவா? அதுமாதிரி, தவறான உணவுப் பழக்கம் உடல்

பருமனுக்கு மட்டுமே வழி விடுவதில்லை; சந்தடி சாக்கில் டீன்ஏஜினருக்கு 'சின்ட்ரோம் எக்ஸ்' என்ற புதுவித நோயும் புகுந்துகொண்டு பயமுறுத்துகிறது.

ஆப்பிள் பெல்லி, இன்சுலின் எதிர்ப்புணர்வு, உயரும் பிபி, ரத்தத்தில் டிரைகிளிசெரைட் கூடுதல், ஹெச்டிஎல் குறைவு... இந்த ஐந்தும் ஒருவரிடம் காணப்பட்டால், அதற்கு 'சின்ட்ரோம் எக்ஸ்' என்று பெயர்.

இதற்கு ஏன் பயப்பட வேண்டும்?

நீரிழிவு, பக்கவாதம், மாரடைப்பு என்ற எமதூதர்களுக்கு அழைப்புவிடும் அளவுக்கு இது ஆபத்தானது. அதனால் தான்!

13

உங்கள் எதிரி யார்?

ஓபிசிட்டி என்பது, உடல் எடை கூடும் பிரச்னை மட்டுமல்ல; பல நோய்களின் கூடாரமாகவும் அது அமைந்துவிடும் என்பதைக் கடந்த அத்தியாயங்களில் 'ஒல்லி பெல்லி'யைப் படித்தவர்கள் புரிந்திருப்பார்கள்.

அதுபோல் ஓபிசிட்டி உடலில் ஒட்டிக்கொள்வதற்கு ஒவ்வொருக்கும் ஒரு தனிப்பட்ட காரணம் இருக்கும் என்பதையும், அந்தக் காரணத்தைக் களைந்தால் மட்டுமே பி.எம்.ஐ. குறையும் என்பதையும் தெரிந்திருப்பார்கள்.

'என்னப்பா, கொஞ்சம் உடம்பு வைச்ச மாதிரி இருக்கே!' என்று மற்றவர்கள் சொல்லித்தான் தெரிய வேண்டிய விஷயமில்லை இது! உங்களைக் கண்ணாடியில் பார்த்தாலே தெரியும். அல்லது சட்டைகள் போடும்போது புரியும். உடனே உஷாராகிவிடவேண்டும். எப்படி?

முதலில் நீங்கள் இருக்க வேண்டிய சரியான உடல் எடையைத் தெரிந்துகொள்ளவேண்டும். அதற்கு உங்கள் பி.எம்.ஐ. உதவும். ஆனால், இதைத் தெரிந்துகொள்ள எடை மெஷின் வேண்டும். உயரத்தை அளக்க 'இஞ்ச் டேப்' அவசியம். இந்த இரண்டும் எல்லோர் வீட்டிலும் இருக்காது. ஆகையால், உங்கள் பிஎம்ஜ தெரியவே இன்று, நாளை என்று பல வாரங்கள் தள்ளிப்போகும்.

முதல் கோணலே முற்றிலும் கோணல் என்றாகிவிடக் கூடாது பாருங்கள் அதற்காக ஒரு சுருக்கமான வழியைச் சொல்கிறேன். உங்கள் உயரத்திலிருந்து 100ஐக் கழித்துக் கொள்ளுங்கள். அதுதான் உங்கள் உடல் எடை.

அதற்கு அதிகமென்றால், அது அதிக உடல் எடையா அல்லது ஒபிசிட்டியா என்பதைத் தெரிந்துகொள்ள மீண்டும் ஒருமுறை பி.எம்.ஐ. கணக்கை ஞாபகப் படுத்துகிறேன்.

பி.எம்.ஐ. = எடை கிலோவில்

உயரம் x உயரம் (மீட்டரில்)

பி.எம்.ஐ. அளவு	உடல் நிலை
18.5க்கும் குறைவு	உடல் எடை குறைவு
18.5 முதல் 24.9க்குள்	ஆரோக்கியமான உடல் எடை
25 முதல் 29.9க்குள்	அதிகப்படியான உடல் எடை
30 முதல் 34.9க்குள்	உடல் பருமன்
35 முதல் 39.9க்குள்	அதிக உடற்பருமன்
40க்கு மேல்	மோசமான உடற்பருமன்

மேற்சொன்ன கணக்கு 12 வயதுக்குக் கீழ் உள்ளவர்களுக்குப் பொருந்தாது. அவர்களுக்கு 'குரோத் சார்ட்' எனும் பெயரில் வளர்ச்சியைக் காட்டும் வரைபடம் ஒன்று இருக்கிறது. அதைப் பார்த்துத் தெரிந்து கொள்ளவேண்டும்.

பார்ப்பதற்கு ஒன்றுபோல் இருந்தாலும் ஆண்ட்ராய்டு போனும் ஐபோனும் செயல்முறையில் வித்தியாசப் படுகிற மாதிரி, இரண்டு பேருக்கு பி.எம்.ஐ. அளவு ஒன்று போலிருந்தாலும் அவர்களுக்கு இருக்கும் கொழுப்பின் அளவும் கொலஸ்ட்ரால் அளவும் வித்தியாசப்படும்.

வழக்கத்தில், பி.எம்.ஐ. அளவு சரியாக இருந்தாலும் பெண்களுக்குக் கொழுப்பு கொஞ்சம் கூடுதலாகத்தான் இருக்கும். கோபித்துக் கொள்ளாதீர்கள். உடல் கொழுப்பைத்தான் சொல்கிறேன்.

பெண்களைப்போல் வயதானவர்களுக்கும் பி.எம்.ஐ. அளவு சரியாக இருந்தாலும் கொழுப்பு கூடுவதற்கு வாய்ப்பு இருக்கிறது; விளையாட்டு வீரர்களுக்கும் ஜிம்முக்குப் போகிறவர்களுக்கும் கொழுப்பு குறைவாக இருக்கும்.

இந்த இடத்தில் ஒன்றைப் புரிந்துகொள்ளவேண்டும். 'ஃபேட்' (Fat) எனப்படும் கொழுப்பு என்பது வேறு. கொலஸ்ட்ரால் எனும் கொழுப்பு என்பது வேறு. கொலஸ்ட்ரால் என்பது ரத்தத்தில் காணப்படுவது. கொழுப்பு என்பது உடல் தசைகளில் குடியிருப்பது. இதைத்தான் பெல்லி என்கிறோம்.

உடலில் கொழுப்பு கூடுதலாக இருப்பவர்களுக்கு கொலஸ்ட்ரால் மிகச் சரியாக இருப்பதும் உண்டு. பெல்லியே இல்லாமல் ஒல்லியாக இருப்பவர்களுக்கு, 'கொஞ்சம் அசந்தால் ஹார்ட் அட்டாக் வந்துவிடுமோ' என்று பயப்படும் அளவுக்கு கொலஸ்ட்ரால் உச்சத்தில் இருப்பதும் உண்டு.

கொழுப்பும் கொலஸ்ட்ராலும் சசிகலா - ஜெயலலிதா மாதிரி மிக நெருங்கிய தோழிகள். இரண்டுக்கும்முள்ள உறவைப் பின்னால் பார்க்கத்தான் போகிறோம்.

கொலஸ்ட்ரால் அளவை ரத்த டெஸ்டில் தெரிந்து கொள்ளலாம். கொழுப்பின் அளவைத் தெரிந்துகொள்ள சருமத் தடிமன் அளவு, பயோ எலெக்டிரிகல் இம்பெடன்ஸ், டிளக்ஸ்ஏ பரிசோதனை எனப் பல டெஸ்டுகள் இருக்கின்றன. உங்கள் குடும்ப டாக்டரிடம் போனால் இவற்றின் தயவில் உங்களுக்கு ஓபிசிட்டி மட்டும்தானா, இல்லை கொழுப்பும் கூடுதலா, கொலஸ்ட்ரால் உள்ளதா என்று 'ஜாதகம்' சொல்லிவிடுவார்.

வெய்ட், வெய்ட்... டாக்டரிடம் போவதற்கு முன்னால், திருவிளையாடல் திரைப்படத்தில் தோன்றிய நாகேஷ் மாதிரி சில கேள்விகளை நீங்கள் கேட்க வேண்டும். இவற்றுக்குப் பதில் சொல்ல சிவாஜிகணேசன் என்ற சிவன் தேவையில்லை! நீங்களே போதும்! ஆம்! கேள்வியும் நீங்களே! பதிலும் நீங்களே!

உங்கள் குடும்பத்தில் யாருக்காவது ஓபிசிட்டி பிரச்னை இருக்கிறதா? இருந்ததா? பள்ளியில், கல்லூரியில்

படிக்கும்போது உங்கள் உடல் எடை என்ன? வேலையில் சேர்ந்தபோது அல்லது திருமணமானபோது உங்கள் எடை சரியாக இருந்ததா? வேறு எதற்காவது மாத்திரை, மருந்து சாப்பிடுகிறீர்களா?

உடல் கொஞ்சம் வெயிட் போட்ட மாதிரி இருக்கே என்று எப்போது உங்களுக்குத் தோன்றியது? உங்கள் உணவுப் பழக்கம் என்ன? தினமும் நீங்கள் செய்யும் வேலைகள் என்ன? வாக்கிங் போகும் பழக்கம் உண்டா? ஜிம்முக்கும் போகும் ஆசாமியா நீங்கள்? யோகா செய்வீர்களா?

சமீபத்தில் உங்கள் உணவுப்பழக்கம் மாறியதா? மேற்கத்திய உணவுகளை விரும்பிச் சாப்பிடுவீர்களா? அடிக்கடி கடைச் சாப்பாடு, பார்ட்டி என்று போகும் வழக்கம் உண்டா? மது அருந்துவீர்களா? மன அழுத்தம் உண்டா? இரவில் தேவையான அளவுக்கு உறக்கம் வருகிறதா?

என்ன காரணத்தால் உங்களுக்கு பெல்லி வந்தது என்று நீங்கள் கருதுகிறீர்கள்? உங்கள் எதிரி யார்? உணவா? உடற்பயிற்சி இல்லாததா? பெல்லி பெருத்ததால் உங்களுக்கு இப்போது என்ன பிரச்னை? உங்கள் பெல்லியைக் குறைக்க என்ன மாதிரியான முயற்சிகளை அல்லது பயிற்சிகளை மேற்கொண்டீர்கள்?

டாக்டரிடம் உங்கள் பெல்லியைக் குறைக்க என்ன யோசனை கேட்பீர்கள்? டயட் சார்ட்டா? எக்ஸ்சர்சைஸ் பிளானா? மாத்திரை, மருந்தா?

இந்தக் கேள்விகளுக்கெல்லாம் பதில் தயாரித்துக் கொள்ளுங்கள். அதற்குப் பிறகு கெட் ரெடி ஃபார் ஒல்லி பெல்லி!

14

கலோரி கணக்கு

ஒரு நாட்டின் பகைவர்கள் யார், எவர், எங்கே, எப்படி ஒளிந்திருக்கிறார்கள் என்பதைத் தெரிந்துகொண்டால், எத்தனை 'பானிபட் போர்கள்' வந்தாலும் அந்த நாடு எளிதாக ஜெயித்துவிடும். அதுமாதிரிதான், ஒபிசிட்டியைக் கொண்டு வந்த எதிரியை நீங்களே உணர்ந்துகொண்டால், அதைக் குறைப்பதற்கான போராட்டத்தில் ஜெயிப்பது சுலபம். அதற்காகத்தான் சென்ற இதழில் 'உங்கள் எதிரி யார்?' என்பதை நீங்களே தெரிந்துகொள்ளுங்கள் என்றேன்.

ஆங்... என்ன சொன்னேன்? போராட்டம்! எடையை இழந்து உடல் இளைப்பது அத்தனை சுலபமில்லை. பலருக்கும் அது ஒரு போராட்டமாகத்தான் இருக்கிறது. அதனால்தான் அப்படிச் சொன்னேன்.

ஒபிசிட்டிக்காக டாக்டரிடம் போனால், அவர் முக்கிய மாக கவனிப்பது இரண்டு விஷயங்களை! முதலாவது, பெருத்த பெல்லிதான் பிரச்னையா? இரண்டாவது, ஊடக நிருபர்கள் தோளில் ஒரு ஜோல்னா பையைச் சுமந்துகொண்டிருக்கிற மாதிரி, வேறு பிரச்னைகளையும் அது துணைக்கு அழைத்துக்கொண்டதா?

பெருத்த பெல்லிதான் பிரச்னை என்றால் அதற்கென ஒரு தனி சிகிச்சை உள்ளது. பி.பி. கூடுதல், ரத்தச் சர்க்கரை எகிறுதல், கொஞ்சும் கொலஸ்ட்டிரால் எனப் 'பக்க வாத்தியங்கள்' பற்றிக்கொண்டிருந்தால் அதற்கு வேறு மாதிரியான சிகிச்சை தரப்படும்.

ஆனால், இரண்டுக்கும் ஓதப்படுகின்ற அடிப்படை மந்திரங்கள் இரண்டே இரண்டுதான்... உணவைக் குறை; உடற்பயிற்சியைக் கூட்டு.

அதற்கு முன்னால், உங்கள் மனதில் உறுதிவேண்டும்! பெல்லியைக் குறைத்துக் காட்டுவேன் என்று சபதம் எடுக்கவேண்டும். உங்கள் முனைப்பான செயல்கள் அடுத்தவர்களை ஆச்சரியப்படுத்த வேண்டும்.

அதேவேளையில், ஒரு மாத 'ஒர்க் அவுட்டில்' பெல்லி குறைந்துவிடும் என்று மட்டும் ஆசைப்படக் கூடாது; அணையிலிருந்து சாதாரணமாகக் கிளம்பி சலசலத்து ஓடும் ஆற்றுத் தண்ணீர்தான் அனைவருக்கும் பலனளிக்கும். அதுபோல் கொஞ்சம் கொஞ்சமாக எடையைக் குறைப்பதுதான் உடலுக்கு நல்லது.

மடை திறந்த பின் ஓடும் காட்டாற்று வெள்ளம் சீக்கிரத்தில் வடிந்துவிடும்; ஆனால், எல்லோரையும் பயமுறுத்தும்; பாதிப்பையும் ஏற்படுத்தும். அதேபோல் சீக்கிரத்தில் எடையை இழப்பது ஆரோக்கியத்துக்கு ஆகாது. களைப்பு, தசை இழப்பு, எலும்பு வலுவிழப்பு, நோய்த் தடுப்பாற்றல் குறைவு, வைட்டமின் சத்துக் குறைவு எனப் பல பிரச்னைகளைக் கொண்டுவரும்.

எனவே, மாதம் ஒரு கிலோ எடையைக் குறைத்து விட்டால், நீங்கள் வெற்றிப் படிக்கட்டில் ஏறிவிட்டீர்கள் என்று அர்த்தம்.

பெல்லியைக் குறைக்கும் முதல் மந்திரம் 'உணவைக் குறைப்பது'. நம் உடலுக்கு ஆதாரமே உணவுதான். அதைக் கண்டபடி குறைத்துவிடவும் கூடாது. உணவைக் குறைப்பதற்கும் ஓர் அளவு இருக்கிறது. அந்த அளவுக்குப் பெயர்தான் கலோரி கணக்கு!

கலோரி என்பது வெப்ப ஆற்றல் அலகு. நம் உடல் எனும் எந்திரம் இயங்க வேண்டுமானால் அதற்கு ஆற்றல் தேவைதானே? அந்த ஆற்றலை நாம் உண்ணும் உணவில் உள்ள சத்துகளிலிருந்து பெறுகிறோம். அந்த சத்துகள் செல்களில் செரிமானமாகும்போது வெப்பத்தை வெளியேற்றுகின்றன. அதை உடல் எந்திரம் பயன் படுத்திக்கொள்கிறது. அந்த வெப்பத்தைத்தான் நாம் கலோரிகளில் அளக்கிறோம்.

பிஎம்ஜ அளவு	கலோரிகள்
18.5க்கும் குறைவு	35 x இருக்க வேண்டிய உடல் எடை
18.5 முதல் 24.9க்குள்	30 x இருக்க வேண்டிய உடல் எடை
25 முதல் 29.9க்குள்	25 x இருக்க வேண்டிய உடல் எடை
30 முதல் 34.9க்குள்	20 x இருக்க வேண்டிய உடல் எடை
35 முதல் 39.9க்குள்	15 x இருக்க வேண்டிய உடல் எடை

ஆண் குழந்தை	பெண் குழந்தை
வயது x 125 + 1000 கலோரிகள்	வயது x 100 + 1000 கலோரிகள்

நீரிழிவு உள்ளவர்களுக்கானது		
உடல் எடை	லேசான வேலை (ஒரு கிலோ எடைக்கு)	மத்தியமான வேலை (ஒரு கிலோ எடைக்கு)
உடல் பருமன்	20 கலோரிகள்	25 கலோரிகள்
சரியான எடை	30 கலோரிகள்	35 கலோரிகள்
எடை குறைவு	40 கலோரிகள்	40 கலோரிகள்

ஒரே எடைதான் என்றாலும், எல்லா உணவுகளும் ஒரே மாதிரியான வெப்பத்தை - அதாவது கலோரிகளைத் தருவதில்லை. துண்டு எல்லாமே நூலில்தான் நூற்கப் படுகிறது என்றாலும் கதர் நூல் என்றால் ஒரு விலை, பட்டு நூல் என்றால் அதிக விலை என்று இருக்கிறமாதிரி, உணவிலுள்ள சத்துகளைப் பொறுத்து அதன் கலோரிகள்

மாறும். உதாரணத்துக்கு, 100 கிராம் சப்பாத்தி 100 கலோரி தருகிறது. 100 கிராம் ஆப்பிள் 65 கலோரிதான் தருகிறது.

தண்ணீர் இறைக்கும் மோட்டார் ஓடுவதும், ஏசி மெஷின் ஓடுவதும் ஒரே மின்சாரத்தில்தான் என்றாலும், இரண்டுக்கும் செலவாகிற மின்சக்தி வித்தியாசப்படும். அதுமாதிரி, நம் எல்லோருக்கும் உடல் எனும் எந்திரம் ஒன்றுதான் என்றாலும், அதற்குத் தேவைப்படும் வெப்பம் - அதான் சார், கலோரிகள் - ஆளுக்கு ஆள் வித்தியாசப்படும். உதாரணத்துக்கு, உட்கார்ந்தே வேலை பார்க்கும் சாஃப்ட்வேர் நிபுணருக்கு 2000 கலோரிகள் தேவை. தலையில் சாந்துச்சட்டி சுமக்கும் சித்தாளுக்கு 3000 கலோரிக்குக் குறையக்கூடாது.

ஒரே சீரான ஓல்ட்டேஜில் மின்சாரம் வந்தால் எல்லா எந்திரங்களும் ஒழுங்காக இயங்கும். ஓல்ட்டேஜில் பிரச்னை என்றால், எந்திரம் பழுதாகும். அதுபோல் உடலுக்குத் தேவையான கலோரிகளுக்கு உணவைச் சாப்பிட்டால், ஆரோக்கியம் கைகூடும். கலோரிகள் குறைந்தால் உடல் மெலியும்; கூடினால் பருமனாகும். எனவே, அவரவருக்குத் தேவையான கலோரிகளைத் தெரிந்துகொண்டு, அந்த அளவுக்குத்தான் உணவு சாப்பிட வேண்டும். இது ஸ்லிம் ரகசியத்தின் முதல் படி.

அது சரி, கலோரிகளை எப்படித் தெரிந்துகொள்வது?

ரொம்ப சிம்பிள். அதற்கு ஒரு கணக்கு இருக்கிறது. முதலில் உங்கள் பிஎம்ஜ தெரிய வேண்டும். அடுத்து உங்களுக்கு இருக்கவேண்டிய உடல் எடை தெரிய வேண்டும். உங்கள் உயரத்தை செ.மீட்டரில் அளக்கவும். அதிலிருந்து 100ஐக் கழிக்கவும். அதுதான் உங்களுக்கு இருக்க வேண்டிய உடல் எடை (கிலோவில்). இந்த இரண்டையும் வைத்து, பக்கத்தில் கொடுக்கப்பட்டுள்ள அட்டவணையைப் பாருங்கள். உங்களுக்குத் தேவை யான உணவுக் கலோரிகளைத் தெரிந்துகொள்ளலாம். குழந்தைகளுக்கும் நீரிழிவு உள்ளவர்களுக்கும் தனிப் பட்டியல்கள்.

15

வெள்ளையெல்லாம் விஷம்!

'கல்கி'யில் இந்தத் தொடரைத் தொடங்கும்போது பல வாசகர்கள் என்னிடம் கேட்ட கேள்வி: 'பெல்லி ஒல்லியாவதற்கு நீங்கள் எந்த 'டயட்'டை சிபாரிசு செய்வீர்கள்?'.

ஏசியன் டயட்? மெடிட்டரேனியன் டயட்? பேலியோ டயட்? வீகான் டயட்? எக்ஸெட்ரா... இவற்றில் எதுவும் இல்லை! குழந்தை, கிழவர், கர்ப்பிணி, டீன் ஏஜ், சைவம், அசைவம் என எல்லோருக்கும் ஏற்ற 'ஹெல்த்தி டயட்'!

அதைப்பற்றித்தான் இப்போது பேசப் போகிறோம்.

நம் டயட்டில் இருக்கும் முக்கிய சத்துகள் மூன்று. கார்போஹைட்ரேட், புரோட்டீன், கொழுப்பு. நமக்குக் கலோரிகளைக் கொடுக்கும் சக்தி இவற்றுக்கே உண்டு. 'கார்போக்கள்' பொதுவாக அரிசி, கோதுமை, ராகி, கம்பு, சோளம், சாமை, தினை போன்ற தானியங்களில் தனி ராஜ்ஜியம் நடத்துகின்றன. கிழங்கு, வேர், குளுக்கோஸ், சர்க்கரை, தேன், வெல்லம் போன்றவற்றிலும் இதன் ஆதிக்கம் அதிகம். ஒரு கிராம் கார்போ 4 கலோரி சக்தியைத் தருகிறது. (இதை கிலோ கலோரி என்றுதான் சொல்ல வேண்டும். கலோரி என்றாலும் தப்பில்லை. கமல்ஹாசனை 'கமல்' என்று அழைப்பதில்லையா? அதுமாதிரிதான் இதுவும்).

பருப்பு, பயறு, பால், பால் பொருள்கள், முட்டை, இறைச்சி, மீன் போன்றவற்றில் புரோட்டீன் சத்து

கூடாரம் போட்டுள்ளது. கார்போவைப்போல இதுவும் ஒரு கிராம் உணவில் 4 கலோரி சக்தியைத்தான் தருகிறது.

கொழுப்பு உணவுக்கு சமையல் எண்ணெய், வெண்ணெய், நெய், சீஸ், இறைச்சி, மஞ்சள் கரு, முந்திரி, பாதாம் போன்ற நட்ஸ் எனப் பெரிய பட்டியலே உள்ளது. ஒரு கிராம் கொழுப்பு 9 கலோரி சக்தியைத் தருகிறது.

இவை தவிர, காய்கறி, பழம், கீரை போன்றவற்றிலிருந்து வைட்டமின்களும் மினரல்களும் கிடைக்கின்றன. ஆனால், இவை சக்தியைத் தரும் சத்துகள் அல்ல! உடலியக்கங் களுக்குத் தேவைப்படும் கிரியாஊக்கிகள் என்று சொல்லலாம். இவற்றின் அவசியத்தைப் பிறகு பேசலாம்.

தினசரி உணவில் சுமாராக 60% கார்போக்கள், 20% புரோட்டீன், 20% கொழுப்பு இருக்க வேண்டும். 'சமச்சீர் உணவு' என்கிற பெயரில் காலங்காலமாக உணவுப் பஞ்சாங்கங்கள் இதைத்தான் போதிக்கின்றன. இந்த அளவில் உணவை எடுத்தால் ஓபிசிட்டி என்ற பேச்சுக்கே இடமில்லாமல் போகும். ஆனால் நடைமுறையைச் சொன்னால் அசந்துவிடுவீர்கள். நம்மில் நான்கில் மூன்று பேர் 80% கார்போ, 10% புரோட்டீன், 10% கொழுப்பு உள்ளதையே எடுக்கிறார்கள்.

இதற்கு ஒரு சின்ன உதாரணம். கலோரிக் கணக்குப்படி, காலை டிபன் 3 இட்லிக்கு மேல் வயிற்றுக்குள் போகக் கூடாது என்றால், ஆறு இட்லிக்குக் குறையாமல் சாப்பிடு பவர்கள்தான் நம்மிடம் அதிகம். சும்மா சொல்லக் கூடாது, காரச்சட்னியின் ருசி தூக்கல் என்றால், ஆறு இட்லி எட்டாவதும் உண்டு. அதனால்தான் பெல்லி பெருத்து அவஸ்தைப்படுகிறோம்.

இதற்கு என்ன செய்வது? இந்த ஃபார்முலாவைக் கொஞ்சம் மாற்ற வேண்டும். கார்போவைப் பாதியாகக் குறைத்து, புரோட்டீனை இரண்டு மடங்கு அதிகமாக்கி விட்டால் போதும். இந்தப் புதிய ரூல்படி தினமும் 20% கார்போ, 40% புரோட்டீன். 20% கொழுப்பு சாப்பிட வேண்டும்.

என்ன, அதற்குள் சாப்பிடக் கிளம்பியாச்சா?

இருங்கள், இன்னும் பேச வேண்டியது இருக்கிறது. கார்போ என்றாலே அரிசிதான் நம் நினைவுக்கு வரும்.

ஆனால், அரிசியைப் பார்த்ததும் அலர்ஜியாகிறவர்களை இப்போது நிறையப் பார்க்கமுடிகிறது. 'டயாபடிஸ் இருக்கிறதினாலே அரிசி சாப்பிடுறதைக் குறைச்சிக் கிட்டேன்' என்றும், 'ஒல்லியாகணும்ன்னு ஒர்க்அவுட் பண்ணிக்கிட்டிருக்கேன். அதனாலே ரைசைப் பார்த்தாலே ஓடிருவேன்' என்றும் சொல்வதைக் கேட்க முடிகிறது.

உண்மையைச் சொல்லட்டுமா? அரிசி நமக்கு எதிரியே அல்ல! எந்த அரிசியை, எப்படிப் பயன்படுத்துவது எனத் தெரியாமல் நாம்தான் அதில் தவறு செய்கிறோம். ஆனால், பழியை அரிசியின்மேல் போட்டுவிடுகிறோம். டெங்கு கொசுவை ஒழிக்கத் தெரியாத அரசாங்கம் பொது மக்களின் மேல் பழிபோட்டு நோட்டீஸ் அனுப்பு கிறதல்லவா? அதுமாதிரி!

தவிடு நீக்கப்பட்டு, பாலிஷ் செய்யப்பட்ட அரிசி வெள்ளை அரிசி. தவிடு நீக்கப்படாத முழுதானிய அரிசி பிரௌன் அரிசி. ஒபிசிட்டியை வரவேற்கும் எளிய கார்போக்கள் கூட்டுக் குடும்பம் நடத்துவது வெள்ளை அரிசியில்தான். ஒபிசிட்டி உள்ளவர்கள் உடனடியாக ஓரங்கட்ட வேண்டியது இந்த அரிசியைத்தான். பதிலாக, பிரௌன் அரிசியை இவர்கள் டயட்டில் சேர்த்துக் கொள்ளலாம். இதைவிட கைக்குத்தல் அரிசி பெஸ்ட்!

கார்போவுக்குத் துணை போகும் அடுத்த சங்கதிகள் கோதுமையும் மைதாவும். அரிசிக்கும் கோதுமைக்கும் அவ்வளவாக வித்தியாசம் இல்லை. ஆனாலும், 'கோதுமை பெட்டர்' என்று பொதுபுத்தியில் புதைத்து வைத்துள்ளோம். கஷ்டம் என்னவென்றால், அரிசிச் சாப்பாட்டை அள்ளி அள்ளிச் சாப்பிடுகிற மாதிரி கோதுமை உப்புமாவையோ சப்பாத்தியையோ சாப்பிட முடியாது. அதனால்தான் நீரிழிவு உள்ளவர்களுக்குக் கோதுமையை சிபாரிசு செய்கிறோம். ஒபிசிட்டி உள்ளவர்கள் கோதுமையையும் குறைக்க வேண்டும்.

கோதுமையில் உமி நீக்கப்பட்டு, அரைக்கப்பட்டு, அலெக்சான் போன்ற கெமிக்கல்களைச் சேர்த்து வெள்ளை நிறத்துக்கு பாலிஷ் செய்யப்படுவதுதான் மைதா. இதில் தயாரிக்கப்படும் உணவுகள் ஒபிசிட்டியை மட்டுமல்ல, நீரிழிவு, குடல் கேன்சர் போன்ற

ஆபத்துகளையும் அள்ளிக் கொண்டுவரும். எனவே, இதற்கும் இவர்கள் குட்பை சொல்ல வேண்டும்!

அப்படியானால் கார்போவை எதில்தான் பெறுவது? ரொம்ப சிம்பிள், நம் பாரம்பரியத்தைப் பறைசாற்றும் வரகு, கம்பு, சோளம், சாமை, தினை, குதிரைவாலி போன்ற சிறுதானியங்களிலிருந்து எடுத்துக் கொண்டால், ஒபிசிட்டிக்கு அவை இடம் கொடுக்காது.

உங்கள் கொள்ளுத்தாத்தாவைப் போட்டோவில் பாருங்கள். 70 வயதிலும் சரியான பி.எம்.ஐ.-ல் அவர் சிரித்துக் கொண்டிருப்பார்! எல்லாம் சிறுதானிய உபயம்!

16

கார்போவுக்கு குட்பை!

நீங்கள் சாப்பிடும் உணவில் 'மாவுச்சத்து' என அழைக்கப் படுகிற கார்போஹைட்ரேட் உணவுகளைக் குறைத்துப் பாருங்கள். தெருநாய் துரத்தும்போது ஓடமுடியாத அளவுக்கு பெல்லி இருந்தாலும், ஒரு சில மாதங்களில் 'ஓமக்குச்சி' போலாகி, நாலுகால் பாய்ச்சலில் ஓடித் தப்பித்து விடுவீர்கள். எப்படி?

தென்னிந்தியர்களின் கலோரித் தேவையைப் பெரும் பாலும் கார்போக்கள் குவிந்துள்ள அரிசி, கோதுமை, ரவை அல்லது மைதாவில் தயாரிக்கப்பட்ட இட்லி, தோசை, ஆப்பம், இடியாப்பம், புட்டு, களி, கஞ்சி, கூழ், உப்புமா, சப்பாத்தி, புரோட்டா, நூடுல்ஸ், சாதம் போன்றவைதான் பூர்த்திசெய்கின்றன. இவைதான் ஒபிசிட்டிக்கு வலை வீசுகின்றன.

சின்னக் கணக்கு சொல்கிறேன். மத்திய வயதில் உள்ள ஒருவருக்குத் தினமும் 120 கிராம் கார்போதான் தேவை. அவரோ தினமும் 400 கிராம் கார்போவை சர்வ சாதாரண மாக சாப்பிடுவதாக ஒரு புள்ளிவிவரம் சொல்கிறது.

இதிலிருந்து 100 கிராம் குளுக்கோஸ் உடலுக்குக் கிடைக்கிறது. இது சுமார் 20 தேக்கரண்டி வெள்ளைச் சர்க்கரையைச் சாப்பிடுவதற்குச் சமம். இவ்வளவு சர்க்கரை நமக்குத் தேவையில்லை. இதை எரிக்க தினமும் ஆறு கிலோ மீட்டர் ஓட வேண்டும். இது இயலாத பட்சத்தில், இந்த அதீத சர்க்கரை கொழுப்பாக மாறி, ஒபிசிட்டிக்கு 'பேனர்' வைக்கிறது.

அடுத்து, கார்போக்களில் கிடைக்கும் குளுக்கோஸ் எளிதாகச் செரிமானம் ஆகும் தன்மையுடையது. இட்லி குடலுக்கு வந்துசேர்ந்ததும் கணையத்திலிருந்து இன்சுலின் சுரந்து, தாயிடமிருந்து பிறந்த சிசுவை செவிலியர் ஒருவர் குளிப்பாட்டி பத்திரமாகத் தொட்டிலில் படுக்கவைக்கிற மாதிரி, இட்லியிலிருந்து குளுக்கோஸைப் பிரித்து, உடல் செல்களுக்கு எடுத்துச் சென்று தேவையான பலன் கிடைக்கச்செய்கிறது.

குளுக்கோஸ் தேவைக்கு அதிகமாக இருக்கிறது என்றால், அதைக் கல்லீரலுக்கு எடுத்துச்சென்று, கிளைக் கோஜனாக மாற்றி வயிற்றுக்குத் தள்ளிவிடுகிறது. இதனால்தான் தொப்பை ஆரம்பிக்கிறது.

பெரும்பாலும் கார்போக்கள் சாப்பிட்ட மூன்று மணி நேரத்துக்குள் செரிமானமாகி சீக்கிரத்தில் பசித்துவிடும். எனவேதான், காலை எட்டு மணிக்கு டிபன் சாப்பிட்டு ஆபீஸ் சென்றால், பதினோறு மணிக்குக் கேன்டீன் சென்று ஒரு காபி, வடை, பஜ்ஜி, போண்டா, சமோசா, கட்லெட், குழிப்பணியாரம், மென்பானம் என்று ஏதாவது ஒன்றிரண்டை வயிற்றுக்குள் தள்ளவேண்டியதிருக்கிறது.

இந்தப் பழக்கம் நீடிக்கும்போது, உடலில் சேரும் கலோரிகள் எகிறுகின்றன. இப்படி எகிறும் கலோரிகள் ஒபிசிட்டிக்குத் தோரணம் கட்டுகின்றன.

கார்ப்போாக்களை அதிகமாகச் சாப்பிடுபவர்களுக்கு இன்சுலின் மட்டுமல்லாமல், இரைப்பையில் பசியைத் தூண்டும் கிரிலின் ஹார்மோனும் அதிகமாகச் சுரக்கிறது. இதனால் இவர்களுக்கு அடிக்கடி பசிக்கிறது. பசியைக் கட்டுப்படுத்த, இவர்கள் அடிக்கடி உணவு சாப்பிடு கிறார்கள்.

அப்படிச் சாப்பிடுவதும் கார்ப்போக்களாகவே இருக்கும் போது, திறந்து போட்ட வீட்டில் திருடனும் நுழையலாம்; தெரு நாயும் நுழையலாம் என்று சொல்வது மாதிரி, இவர்களுக்கு ஒபிசிட்டியும் வரலாம்; அதைத் தொடர்ந்து நீரிழிவு, பிசிஒடி போன்ற தொல்லைத் தோழிகளும் கரம் கோத்துக்கொள்ளலாம்.

எனவே, ஒபிசிட்டியை ஒரங்கட்ட விரும்புகிறவர்கள் முதலில் செய்ய வேண்டிய காரியம், கார்போக்கள்

சாப்பிடுவதைக் கட்டுப்படுத்துவதுதான். ஆனால், இங்குதான் குழப்பம் ஆரம்பிக்கிறது. எந்த கார்போவைக் குறைப்பது? எவ்வளவு குறைப்பது? எப்போது குறைப்பது? எத்தனை நாட்களுக்குக் குறைப்பது? இப்படிப் பல கேள்விகள் எழுகின்றன.

காரணம், உணவுப் பழக்கம் என்பது ஒருவரின் தேவை, விருப்பம், வசதி, வாய்ப்பு, வயது, உடல்நிலை ஆகிய வற்றைப் பொறுத்தது. இவற்றைக் கணக்கில் எடுக்காமல், பொத்தம் பொதுவாக ஒரு உணவுமுறையைச் சொன்னால் எல்லோருக்கும் அது பொருந்துமா? எல்லோரும் அதை ஏற்றுக்கொள்வார்களா? யோசிக்க வேண்டியதிருக்கிறது.

உதாரணத்துக்கு, 'பேலியோ'வில் சொல்வதுபோல் கார்போவே வேண்டாம் என்று ஒட்டுமொத்தமாக ஒதுக்கி வைத்துவிடலாமா? செய்யலாம்தான். அசைவம் ஆதிக்கம் செய்யும் பேலியோவில் முட்டை, மீன், இறைச்சி முக்கிய அயிட்டங்கள். வெஜ் பேலியோவில் பனீர், பட்டர், பாதாம் பிரதானம். அரிசி, கோதுமை போன்ற தானியங்களுக்கு இங்கே இடமே இல்லை; சர்க்கரை கலந்த இனிப்புகளுக்குக் கல்தா!

இந்த உணவுமுறையில் கார்போக்கள் கொஞ்சம்கூட இல்லை என்பதால், இன்சுலினுக்கு வேலை குறைந்து போகிறது. கிரிலின் சுரப்பது குறைந்துவிடுகிறது. அடிக்கடி பசி எடுப்பதில்லை. இதனால் அடிக்கடி சாப்பிடுவதும் குறைந்துவிடுகிறது.

மேகம் இல்லாத வானத்தில் மழை வருமா என்ன? அந்த மாதிரிதான் கார்போக்களே இல்லாத உணவுப் பழக்கத்தில் தொப்பைக்கு இடமில்லாமல் போவதில் வியப்பில்லை.

அதேநேரம், உடல் செல் ஒவ்வொன்றும் கார்போ இல்லாமல், குளுக்கோஸ் கிடைக்காமல் திண்டாடுகிறது. அப்போது இன்சுலின் தன்னுடைய வேலையை மாற்றிக் கொள்கிறது. அதாவது, தொப்பையில் சேமித்து வைத்திருக்கும் கொழுப்பைக் கரைத்து குளுக்கோஸாக்கி உடல் செல்களுக்குக் கொடுக்கிறது.

இந்தச் செயல்முறை நாள்தோறும் நிகழும்போது கொழுப்பு குறைகிறது. அதைத் தொடர்ந்து தொப்பை கரைகிறது.

ஆங்... இதைத்தானே நாம் எதிர்பார்த்தோம்? அப்படி யானால், பேலியோவை எடுத்துக்கொள்ளலாமா?

எடுத்துக்கொள்ளலாம். ஆனால், அதை எல்லோராலும் ஏற்றுக்கொள்ள முடிகிறதா? குறிப்பாக, ஒபிசிட்டி உள்ள குழந்தைகள், விடுதியில் தங்கியுள்ளவர்கள், கர்ப்பிணி கள், சீனியர் சிட்டிசன்கள் ஆகியோர் ரொம்பவே யோசிக்கின்றனர்; பேலியோவுக்கு மாற்று இருக்கிறதா எனக் கேட்கின்றனர்.

இன்னொன்று, கார்போ இல்லாத உணவை உடல் ஏற்றுக் கொள்ளுமா? தினமும் கொழுப்பு மட்டுமே சாப்பிட்டால் கொலஸ்ட்ரால் கூடிவிடாதா? மாரடைப்பு வந்து விடாதா? வாழ்நாள் முழுவதும் பேலியோவைப் பின்பற்ற முடியுமா?

மத்தியமர்களுக்கு வேண்டுமானால் பேலியோ சரிப்படும்; விளிம்புநிலை மக்களுக்கு? இப்படிப் பல கேள்வி களுடன் என்னைச் சந்தித்தவர்கள் உண்டு. அவர்களுக்கு நான் என்ன பதில் சொன்னேன்? அது அடுத்த அத்தியாயத்தில்!

17

இனிப்பே, இனிப்பே ஓரம்போ!

ஒபிசிட்டியைக் குறைப்பதற்கு 'கார்போக்கள் துளியும் வேண்டாம்; கொழுப்பைக் கூட்டு' என்கிறது ஒரு கட்சி. 'கொழுப்பு மட்டும் உடலுக்கு நல்லதா என்ன? அதையும் ஒதுக்கு' என்கிறது அடுத்த கட்சி. 'இப்படி எந்த உணவையும் ஓரங்கட்ட வேண்டியதில்லை; சின்னச் சின்ன மாற்றங்களே போதும்' என்கிறது நவீன மருத்துவத்தின் மனசாட்சி!

இந்தவகையில் அமெரிக்க உணவுக் கழகம், இங்கிலாந்து உணவு ஆராய்ச்சி மையம் உள்ளிட்ட பல வெளிநாட்டு அமைப்புகள் அண்மையில் ஒப்புக்கொண்ட புதிய டயட் ஃப்பார்முலா இதுதான்: 'கார்போவைக் குறை! புரோட்டீனைக் கூட்டு!'. இதுதான் ஒபிசிட்டி உள்ள எல்லோருக்கும் ஏற்ற ஹெல்த்தி டயட். என்னிடம் வருவோருக்கு நான் தரும் பதிலும் இதுதான்.

சட்டசபையில் புதிய மசோதாவை மந்திரி வாசிக்கும் போதே எதிர்க்கட்சி எம்.எல்.ஏ. அவசரப்பட்டு கேட்கிற கேள்வி மாதிரி இங்கேயும் ஒரு கேள்வி அம்பு உடனே பாயும். புரோட்டீன் கூடினால் சிறுநீரகம் கெட்டு விடாதா?

சிறுநீரகப் பிரச்னை உள்ளவர்களுக்கு இந்த டயட் மட்டு மல்ல... பேலியோ டயட், பேலன்ஸ்டு டயட், வீகான் டயட் உட்பட எதுவுமே ஒத்துவராது. நோயாளியைப் பொறுத்து டாக்டர்கள் சிபாரிசு செய்யும் டயட்டைத்தான் சாப்பிட வேண்டும்.

ஆனால், உடலில் வேறு எந்தப் பிரச்னையும் இல்லை; ஓபிசிட்டி மட்டுமே பிரச்னை என்று உள்ளவர்களுக்கு இந்தப் புதிய ஃபார்முலா சரிப்பட்டு வரும். முக்கியமாக, சிறுநீரகத்தைப் பாதிக்காத அளவுக்குப் புரோட்டீனை எந்த அளவுக்குச் சாப்பிடுவது என்பதையும் அவர்கள் தீர்மானித்திருக்கின்றனர். அதைப் பின்னால் பார்க்கலாம். அதற்கு முன்னால் கார்போவைப் பேசி முடித்துவிடலாம்.

கார்போக்களை அதிகம் சாப்பிட்டால் ரத்தத்தில் குளுக்கோஸ் கூடும்; ஓபிசிட்டி கடை விரிக்கும் என்று ஏற்கெனவே பார்த்தோம். ஆனால், எல்லா கார் போக்களும் சொல்லிவைத்த மாதிரி ஒன்றுபோல் குளுக் கோஸைக் கூட்டுவதில்லை. ஏன்? என்ன காரணம்?

இதைத் தெரிந்துகொள்ள வேண்டுமானால், 'கிளைசீமிக் இன்டெக்ஸ்' எனும் ஒரு மருத்துவ மொழியைப் புரிந்துகொள்ளவேண்டும். எல்லோரும் ரயிலில்தான் பயணம் செய்கிறோம் என்றாலும், டூ டயர் ஏசி டிக்கெட்டுக்கு ஒரு ரேட், திரி டயர் ஏசி டிக்கெட்டுக்கு ஒரு ரேட், ரிசர்வேஷன் இல்லாதவர்களுக்குக் குறைந்த ரேட்டில் டிக்கெட் என்று இருக்கிற மாதிரி, சாப்பிடப் படும் கார்போவைப் பொறுத்து அது உயர்த்தும் குளுக்கோஸின் அளவு மாறுகிறது. இந்த அளவின் பெயர்தான் 'கிளைசீமிக் இன்டெக்ஸ்'.

பொதுவாக, 100 கிராம் குளுக்கோஸ் சாப்பிட்டால், ரத்தத்தில் 100 கிராம் சர்க்கரை உடனே கூடிவிடும். எனவே, குளுக்கோஸின் 'கிளைசீமிக் இன்டெக்ஸ்' 100%. இதேபோல் மற்ற உணவுகளைச் சாப்பிடும்போது ரத்தத்தில் அதிகரிக்கிற சர்க்கரையையும், அதே அளவு குளுக்கோஸ் சாப்பிடும்போது உயர்கிற சர்க்கரை அளவையும் ஒப்பிட்டுச் சொல்வதை 'கிளைசீமிக் இன்டெக்ஸ்' என்கிறோம்.

இதன் அவசியம் என்ன?

பெல்லியைக் குறைக்க விரும்புகிறவர்கள் எந்த உணவில் 'கி.இ.' குறைவாக உள்ளது, எதில் அதிகம் என்பதைத் தெரிந்துகொண்டால், 'கி.இ.' குறைவாக உள்ள உணவு களை அதிகமாகவும், அது அதிகமாக உள்ளவற்றைக் குறைவாகவும் சாப்பிட்டுக்கொள்ளலாம். இதனால்,

ஓபிசிட்டி குறைவது மட்டுமல்ல, நீரிழிவும் நல்ல கட்டுப் பாட்டில் இருக்கும். ஒரே கல்லில் இரண்டு மாங்காய்!

இதற்கு ஓர் உதாரணம் சொல்கிறேன். தீட்டப்பட்ட அரிசி, கோதுமை, காரட், கிழங்கு போன்ற கார்போக்களின் 'கி.இ.' 60 - 80%; பழங்கள் 40 - 55%; பயறுகள் 30 - 40%. இதனால்தான் புரோட்டீன் உணவான பயறு ஓபிசிட்டி உள்ளவர்களுக்கு நல்லது என்கிறோம். 'கார்போவைக் குறைத்து புரோட்டீனைக் கூட்டு' என்ற ஃபார்முலாவுக்கு 'ஜெ' போடுகிறோம்!

இன்னொன்று, உணவின் அளவு ஒன்றுபோலிருந்தாலும், அதிலுள்ள குளுக்கோஸ் வகையைப் (சுக்ரோஸ், ஃபிரக்டோஸ், லேக்டோஸ்) பொறுத்து 'கி.இ.' மாறும். 100 கிராம் ஆரஞ்சின் 'கி.இ.' 44%. அதே அளவுள்ள மாம்பழத்துக்கு 'கி.இ.' 70%; வாழைப்பழத்துக்கு 60%; ஆப்பிளுக்கு 39%. ஓபிசிட்டி உள்ளவர்களுக்கும் நீரிழிவு உள்ளவர்களுக்கும் மாம்பழமும் வாழைப்பழமும் ஆகாது; ஆர்கானிக் ஆப்பிள் சாப்பிடலாம்; சிறிய ஆரஞ்சு சாப்பிடலாம் என்று சொல்வதற்கு இதுதான் காரணம்!

அடுத்து, கிளைசீமிக் இன்டெக்ஸ் என்பது உணவைச் சமைக்கும் முறை, அதில் சேர்க்கப்படும் எண்ணெய், குடலில் அது கிரகிக்கப்படுகிற தன்மை ஆகியவற்றைப் பொறுத்தும் மாறுபடும். உதாரணத்துக்கு, ஆரஞ்சுப் பழத்தைப் பழமாகச் சாப்பிட்டால், அதன் 'கி.இ.' 44%. அதையே சாறு பிழிந்து சாப்பிட்டால், 56%. அரிசி மாவில் இட்லி அவித்துச் சாப்பிட்டால் அதன் 'கி.இ.' 80%; அதே மாவை தோசைக் கல்லில் ஊற்றி எண்ணெய் கலந்து தோசை சுட்டுச் சாப்பிட்டால் அதன் 'கி.இ.' 90%.

எனவே, பெல்லி குறைய முதலில் ஒழி(ளி)க்க வேண்டிய கார்போக்கள் 60லிருந்து 100% வரை 'கி.இ.' உள்ள இனிப்பான உணவுகள்தான். அவற்றில் முக்கிய மானவை இவை:

வெள்ளை சர்க்கரை, வெல்லம், கல்கண்டு, தேன், ஜாம், குளுக்கோஸ், கரும்புச் சாறு, சர்க்கரையில் தயாரிக்கப் பட்ட எல்லா இனிப்புப் பண்டங்கள்; கோலா, ஐஸ்கிரீம், சாக்லேட், கிரீம் கேக்குகள், வெள்ளை ரொட்டிகள், மென்பானங்கள், சோடா உள்ளிட்ட குளிர்பானங்கள்,

ஊட்டச்சத்து பானங்கள்; எல்லா வகை கிழங்குகள், தண்டுகள், வேர்கள், வாழைப்பழம், மாம்பழம், பேரீச்சம்பழம், தர்பூசணி, அன்னாசி; செயற்கை இனிப்புகள், வண்ண பானங்கள் மற்றும் பழச்சாறுகள்.

எறும்புகள் மட்டுமா இனிப்பை மொய்க்கின்றன? நாமும் தான் அதிகம் மொய்க்கிறோம். இல்லை, இல்லை... மேய்கிறோம். இந்த 'மேய்ச்சலை'த் தவிர்ப்பதுதான் கார்போக்களைக் குறைக்க உதவும் முக்கியமான ஸ்லிம் ரகசியம்!

18

பசித்தீயை அணைக்கும் ஃபயர் எஞ்சின்!

'வெள்ளையெல்லாம் விஷம்' கட்டுரையில் 'கார்போவைப் பாதியாகக் குறைத்து, புரோட்டீனை இரண்டு மடங்கு அதிகமாக்கி, தினமும் 20% கார்போ, 40% புரோட்டீன். 20% கொழுப்பு சாப்பிட வேண்டும்' என்று கூறியிருந்தேன்.

'இதில் கணக்கு உதைக்கிறதே, டாக்டர்! மீதி 20% எங்கே காணோம்?' என்று மல்லாங்கினறு வாசகர் ஆர். செந்தில்குமார் 'கல்கி'யைப் படித்த சூட்டோடு சூடாக அலைபேசினார். அப்போதுதான் நானும் கவனித்தேன். அந்த பாராவில் முக்கியமான கடைசி வரி மிஸ்ஸிங்!

அதாவது, 20% உணவுக் கலோரிகளைக் குறைத்துக் கொள்ள வேண்டும் என்ற வரி கட்!

உடனே சொன்னேன்:

'கட்டுரையில் 20% 'கட்'டானதுபோல், ஓபிசிட்டியைக் குறைக்க விரும்புபவர்களும் தினமும் 20% உணவுக் கலோரிகளை 'கட்' செய்ய வேண்டும்' என்றேன்.

உதாரணமாக, நடுத்தர வயதுள்ள ஒரு பெண்ணுக்குத் தினமும் 2000 கலோரிகள் தரும் உணவு தேவை என்றால், அதே வயதில் ஓபிசிட்டி உள்ளவர்கள் 400 கலோரி தரும் உணவைக் குறைத்துக் கொள்ளலாம்.

இப்படிக் கலோரிகள் குறைந்தால், 'உடலுக்குக் களைப்பு ஏற்படாதா?' என்று கேட்கத் தோன்றும்.

கவலைப்படாதீர்கள், களைப்பு ஏற்படாது. ஏனென்றால், உடலுக்குத் தேவையான அந்தக் கலோரிகளை ஒபிசிட்டியில் ஓரங்கட்டி நிற்கும் கொழுப்பிலிருந்து இன்சுலின் எடுத்துக்கொள்ளும். இது ஒரு வகையில் பெல்லியைக் குறைக்கும் டெக்னிக்தான். ஸ்லிம் ரகசியத்தில் இரண்டாவது ரகசியம் இது.

'உணவைக் குறைத்தால் பசிக்குமே, டாக்டர்!'

எதிர்பார்த்த கேள்விதான்!

'தவித்தால் தண்ணீர் குடிக்க வேண்டுமே!' என்று சோம்பல்பட்டு சாப்பிடாமலேயே இருந்துகொண்டால் எப்படியோ அப்படித்தான் பெல்லியைக் குறைக்க விரும்புபவர்கள் பலரும், 'உணவைக் குறைத்தால், பசிக்குமே! பசியை நம்மால் தாங்க முடியாதே!' என்ற பயத்திலேயே, பெல்லி ஒல்லியாக எந்த முயற்சியும் எடுப்பதில்லை.

பொதுவாகவே, ஒபிசிட்டி உள்ளவர்களுக்கு அடிக்கடி பசிக்கும் என்பது உண்மைதான். அந்தப் பசி சாதாரணமாகவும் இருக்காது. சென்னையில் அடிக்கடி நகைக் கடைகளும் பாத்திரக் கடைகளும் கொழுந்துவிட்டு எரிகிற மாதிரி இவர்களுக்குப் பசி என்பதும் 'பெருந்தீ' யாகத்தான் இருக்கும்.

அந்த அகோரப் பசியை எதிர்கொள்வது ஒரு சவால்தான். ஆரம்பத்தில் சிரமமாகத் தோன்றினாலும், முன்வைத்த காலை பின் வைக்காமல் இருந்தால், சில வாரங்களில் அங்குசத்துக்குக் கட்டுப்படும் யானைபோல் பசியும் கட்டுப்படும்.

உணவையும் குறைக்க வேண்டும்; பசி எடுக்காமலும் இருக்க வேண்டும். அதற்கு என்ன ஆலோசனை? இந்த ரகசியத்தைத் தெரிந்துகொண்டால், இன்னும் பல பெல்லிகள் ஒல்லியாக வாய்ப்புண்டு. அதையும் இப்போது பார்த்துவிடலாம்.

புரோட்டீன் உணவுகளை அதிகம் சாப்பிட்டால் உடனே பசிக்காது. முக்கியமாக, காலை உணவில் முட்டை சேர்த்துக்கொண்டால், அதிலுள்ள அல்புமின் எனும் புரோட்டீன் பசியைக் குறைத்துவிடும். அதிகமாகச்

சாப்பிடத் தோன்றாது. அதேவேளையில் நல்ல கலோரிச் சத்தையும் தந்துவிடும். இது உடலின் கலோரித் தேவையைப் பூர்த்திசெய்துவிடும்.

ஓபிசிட்டி உள்ள குழந்தைகளுக்கு தினமும் காலையில் ஒரு முட்டை தரலாம். பத்து வயதுக்கு மேல் உள்ளவர் களுக்கு இரண்டு முட்டைகள். டீன் ஏஜினருக்கும் மற்றவர்களுக்கும் 3 - 4 முட்டைகள். ஆம்லேட்டாக இருந்தாலும் பரவாயில்லை.

முட்டை சாப்பிடப் பிடிக்காதவர்கள், நார்ச்சத்து நிறைந்த உணவுகளைக் காலை உணவாக எடுத்துக் கொள்ளலாம். உதாரணத்துக்கு, முழுத்தானிய வகையில் தயாரிக்கப் பட்ட எந்த உணவும் ஏற்றுக்கொள்ளக் கூடியதே. கோதுமை ரொட்டி, குறைந்த சர்க்கரையில் தயாரிக்கப் பட்ட பிரட் அல்வா, ஓட்ஸ் உணவு பிளஸ் அரை ஆப்பிள், சிறுதானிய இட்லி, சப்பாத்தி பிளஸ் கிரீன் பீஸ் குருமா... இப்படி சில ரெசிபிகள் எல்லோருக்கும் உதவும். பாதாமும் நல்லதே. மொத்தக் கலோரிகளில் 20% காலை உணவுக்கு ஒதுக்குங்கள்.

சரி, நார்ச்சத்தில் என்ன ஸ்பெஷல்?

பல நன்மைகளை அள்ளித் தருகிற 'ஆக்டோபஸ்' சத்து, நார்ச்சத்து. கொஞ்சம் சாப்பிட்டாலே, வயிறு நிரம்பிவிடும். செரிமானம் தாமதமாகும். சாப்பிட்டதும் ரத்தத்தில் எகிறத் துடிக்கும் குளுக்கோஸைத் தலையைத் தட்டி 'அவசரப்படாதே!' என்று குடலிலேயே நெடுநேரம் அமர வைத்துவிடும். இதனால் ரத்தச் சர்க்கரை உடனே உயர்ந்துவிடாது. இது நீரிழிவு நோயாளிகளுக்கு நல்லது.

மேலும் இது ஓபிசிட்டியைக் குறைக்கும். மலச்சிக்கலைப் போக்கும். குடல் புற்றுநோயைத் தடுக்கும். தினமும் நமக்கு 35 கிராம் நார்ச்சத்து தேவை.

எந்த உணவையும் திரவக் கஞ்சியாகச் சாப்பிடுவதைவிட திட உணவாகச் சாப்பிட்டால், பசி எடுப்பது தாமதமாகும். திரவ உணவுகள் உடனே செரித்துவிடும். திட உணவுகள் செரிக்க சில மணி நேரம் பிடிக்கும். இதுதான் காரணம்.

குறைந்த அளவில் உணவு சாப்பிட்டாலும், சாப்பிட்டு முடித்ததும் நிறைய தண்ணீர் குடிக்க வேண்டும். இதனால் வயிறு நிரம்பிவிடும்; பசி குறைந்துவிடும்.

சாப்பிடும்போது ஆபீஸ் கவலைகள் கங்காரு குட்டிமாதிரி ஒட்டிக்கொள்ளக்கூடாது. மன அழுத்தம் நங்கூரம் போட அனுமதிக்கக்கூடாது. இரண்டாம் இன்னிங்க்ஸில் கடைசி விக்கெட்டை எடுக்கத் துடிக்கும் பௌலர்போல் டைனிங் டேபிள் முன் பரபரப்பாக இருக்காதீர்கள். இவையெல்லாம் இரைப்பையில் அமிலச்சுரப்பை அதிகப்படுத்தி, பசித்தீக்குக் கற்பூரம் தூவும்; கார்ட்டிசால் எனும் ஹார்மோனைச் சுரந்து ஒபிசிட்டிக்கு டெண்டர் அனுப்பும்.

பதிலாக, குறைவாகவே சாப்பிட்டாலும் போனஸ் கிடைத்த லேபர் மாதிரி சந்தோஷமாக ரசித்து ருசித்துச் சாப்பிடுங்கள். அப்போதுதான் சாப்பிட்ட திருப்தி கிடைக்கும். அந்த திருப்திதான் பசித்தீயை அணைக்கும் ஃபயர் எஞ்சின்!

நார்ச்சத்துள்ள உணவுகள்

முழுத்தானிய கோதுமை, கேழ்வரகு, கொள்ளு, ஓட்ஸ், கீரை, வாழைத்தண்டு, முட்டைக்கோஸ், காலிஃபிளவர், புடலங்காய், பாகற்காய், அவரைக்காய், சுண்டைக்காய், புரோக்கோலி, டர்னிப், பச்சைப் பட்டாணி, கொய்யாப்பழம், அத்திப்பழம் போன்ற உணவுகளிலும், மஞ்சள், மிளகு, வெந்தயம், சீரகம், இலவங்கம், ஓமம், கொத்தமல்லி, மிளகாய் போன்ற உணவுத் தயாரிப்புப் பொருள்களிலும் நார்ச்சத்து அதிகமாக இருக்கிறது.

19

கைகொடுக்கும் காய்கறிகள்

ஒபிசிட்டியைக் குறைத்தே தீருவேன் என்று கங்கணம் கட்டிக்கொண்டு காரியத்தில் இறங்கும்போது, தொடக்கத்தில் காலையில் கண் விழித்ததும் குழப்பம் ஆரம்பிக்கும். எதைக் குடிப்பது? எதைத் தவிர்ப்பது?

பருவ மழையை எதிர்பார்த்த நமக்கு எதிர்பாராமல் ஏற்பட்ட ஓக்கிப் புயலை எதிர்கொள்ள முடிகிறதா? அதுபோலத்தான், காலங்காலமாக டிகாஷன் காபியை வாய் மணக்க ருசித்துப் பழகிய வயிற்றுக்குத் திடீரென்று அறிமுகமில்லாத வஸ்துவை வரவேற்பது கஷ்டம்தான். என்றாலும், எதையும் தாங்கும் இரைப்பை கொண்டது நம் வயிறு; ஒரு வாரம் பழகிவிட்டால் போதும், விஷம் தவிர எதையும் ஏற்றுக்கொள்ளும்.

காலையில், வெறும் வயிற்றில் அரை லிட்டர் இளஞ்சூடான தண்ணீர் குடிப்பது நல்லது. பிறகு, அரை மணி நேரம் காற்றோட்டமான இடத்தில் வாக்கிங் போக வேண்டியது கட்டாயம். டென்ஏஜினர்கள் ஜிம் போகலாம். வீட்டுக்கு வந்ததும் கிரீன் டீ அல்லது லெமன் டீ ஒரு கப் குடிக்கலாம். பால், காபி, டீ வேண்டாம். சிகரெட், வெற்றிலை, குட்கா, 'பான்'... வகையறாக்களுக்கு 'நோ' சொல்லுங்கள்!

காலை டிபனை ஏற்கெனவே சொல்லிவிட்டேன். எதைச் சாப்பிடக்கூடாது என்பதை இப்போது பார்க்கலாம். 'கச்சேரி இல்லாமல் கல்யாணமா? கேசரி இல்லாமல் காலை டிபனா?' என்று கொடி பிடிக்கும் கோஷ்டிகள்

நம்மிடம் அதிகம். கோதுமை அல்வாவுக்கு அடிமை ஆனவர்கள் ஆயிரமாயிரம்.

பழைய தலைமுறைக்கு உப்புமா பிடிக்கும். புதிய தலைமுறைக்கு நூடுல்ஸ் இஷ்டம். இவற்றின் உடும்புப் பிடியிலிருந்து உடனே மீள்வது கஷ்டம். இது முடியுமானால், பெல்லி ஒல்லியாவது சுலபம்.

இதுவும் முக்கியம்: தீட்டப்பட்ட அரிசியில் சமைக்கப் பட்ட இட்லி, அடை, பொங்கல், சேமியா சேவை, ஊத்தாப்பம், புளியோதரை; எண்ணெயில் போட்டு எடுக்கப்பட்ட தோசை, வடை, பூரி, புரோட்டா, போண்டா... இவற்றில் எதுவும் காலை, இரவு டிபனுக்கு வந்துவிடக் கூடாது. முழுதானியம் அல்லது சிறுதானியம் என்றால் ஒப்புக்கொள்ளலாம். ஆனால், அளவு முக்கியம்; ஐம்பது கிராமுக்கு மேல் தாண்டக் கூடாது.

காலை இடைவேளையில் முடிந்தவரை எதையும் குடிக்காமல் இருப்பது நல்லது. வடை, பஜ்ஜி, போண்டா, சமோசா என்று எதையும் நினைத்து ஜொள்ளு விடாதீர்கள். பேக்கரி இனிப்புகளை ஒரங்கட்டுங்கள். கூல்டிரிங்க்ஸ் போன்ற 'பாட்டில்' அயிட்டங்களுக்கு ஏங்க வேண்டாம், ப்ளீஸ்.

அவசியம் தேவை என்றால், மோர் ஒரு கப் குடிக்கலாம். தினமும் மோர் போரடிக்கும் என்றால் லெமன் ஜூஸ், இளநீர், பப்பாளிச் சாறு இவற்றில் ஒன்றை அருந்தலாம்.

பெல்லியைக் குறைக்க சபதம் எடுப்பவர்களில் அநேகம் பேருக்கு ஆரம்பக்கட்டத்தில் மதியச் சாப்பாடுதான் வில்லனாகத் தெரியும். பிறந்ததிலிருந்து அரிசி சாதம் தவிர வேறு எந்த சாதத்தையும் பார்த்தறியாத வயிறு, காதலை இழந்த காதலன்/காதலிபோல் பரிதவிக்கும். புதிய உணவால் பசி அடங்காமல் பழைய உணவுக்கு அடம் பிடிக்கும். இதை எதிர்கொள்வது என்பது எண்ணெய் தடவிய கம்பத்தில் ஏறி ஜெயிப்பது போன்றது. இதற்குப் பயந்தே பலர் தங்கள் சபதத்தை வாபஸ் பெற்றுக் கொள்வதுண்டு.

என்றாலும், ஒபிசிட்டி தரும் அவஸ்தைகளுக்குப் பசி பரவாயில்லை என்றுதான் நினைக்க வேண்டும்; எடுத்த

சபதத்தை நிறைவேற்ற காரியத்தில் இறங்கிவிட வேண்டும்.

காலை டிபனில் முட்டை சாப்பிடாதவர்கள் மதிய உணவில் சாப்பிடலாம். வேகவைத்த முட்டை, ஆம்லேட், ஆஃப்பாயில் என்று எதுவாகவும் இருக்கலாம். உப்பு, வெங்காயம், தக்காளி, மிளகுத் தூள், சீரகத் தூள், கரி மசால் தூள், மிளகாய்த் தூள், சீஸ் துருவல்... இவற்றில் உங்கள் ருசிக்கேற்றபடி கலந்து சாப்பிடலாம். இரண்டு கப் மோர் குடிக்கலாம். கீரைப் பொரியலில் முட்டை சேர்த்து சாப்பிடுவது நல்லது. அல்லது மீன், மட்டன், சிக்கன் எதுவும் சாப்பிடலாம்; எண்ணெயில் வறுத்தவை வேண்டாம்.

அசைவம் பிடிக்காதவர்களுக்குக் காய்கறிகள்தான் கைகொடுக்கும். முட்டைக்கோஸ், காலிஃபிளவர், புரோக்கோலி, தக்காளி, வெண்டைக்காய், கத்திரிக்காய், அவரைக்காய், புடலங்காய், முருங்கைக்காய், வெள்ளரிக்காய், பூசணிக்காய், பாகற்காய், கீரைகள், காளான், வாழைத்தண்டு ஆகியவற்றில் பருப்பு, பயறு களையும் சேர்த்து, மஞ்சள், மிளகு, வெந்தாயம், வெங்காயம், சீரகம், இஞ்சி, இலவங்கம், ஓமம், கொத்துமல்லி, மிளகாய், பூண்டு, புதினா போன்ற உணவுத் தயாரிப்புப் பொருள்களைக் கலந்து, கூட்டு, பொரியல், அவியல் என உங்களுக்குப் பிடித்த ரெசிபி தயாரித்து, பசி அடங்க சாப்பிடலாம். அத்துடன் மோரோ தயிரோ குடித்து விட்டால் வயிறு திம்மென்று நிறைந்து விடும். அத்தோடு தேவைக்கு தண்ணீர் குடிக்க வேண்டும்.இது மிகவும் முக்கியம்.

இந்தப் பட்டியலில் கிழங்குகள் கூடாது. துரித உணவுகள் ஆகாது. பாக்கெட் உணவுகள் பகைவர்கள். சுத்திகரிக்கப் பட்ட எண்ணெய்கள் எதிரிகள். செக்கு எண்ணெய் பெஸ்ட். வீட்டுச் சமையல் நல்லது.

தினமும் ஒரு காய், சீசனுக்கு ஏற்ற காய் என்று எடுத்துக் கொண்டால், புதிய ரெசிபி போரடிக்காது; விலை கையைக் கடிக்காது. உடலுக்குத் தேவையான வைட்டமின், மினரல், ஃபைபர் எல்லாமே இவற்றில் கிடைத்துவிடும். உணவைக் குறைப்பதால் சத்துகள் குறைந்து விடுமோ எனப் பயந்து, சில பேர் தனியாகச்

சத்து மாத்திரைகளைச் சாப்பிடுகிறார்கள். அது அவசியப் படாது.

குழந்தைகளுக்கு, கர்ப்பிணிகளுக்கு, முதியோருக்குக் கைக்குத்தல் அரிசி அல்லது சிறுதானியத்தில் சாதம் வடித்து, பருப்பு கலந்து கொடுக்கலாம். இவர்கள் சாதத்தின் அளவை ஐம்பது கிராமாகக் குறைத்துக் கொண்டு, புரதங்கள் குலாவும் பருப்பு, பயறு, பட்டாணி, காளான், அவரை வகைகளை நூறு கிராம்வரை எடுத்துக் கொள்ளலாம். ஒரு முட்டை அல்லது மட்டன், மீன் ஒன்றில் சில துண்டுகள் சாப்பிடலாம்.

உணவில் புரதம் கூடும்போதும், கார்போக்கள் குறையும் போதும். ஒபிசிட்டி ஒதுங்கிவிடும். இது மூன்றாவது ஸ்லிம் ரகசியம்.

20

ஊடுகொழுப்பு, உஷார்!

மாலை நேரத்தில் நொறுக்குத்தீனி தின்னக் கேட்காத குழந்தை உண்டா? பீட்சா, பர்கருக்கு ஆசைப்படாத டீன்ஏஜினர் உண்டா? ஆபீஸ் முடிந்து வீட்டுக்குத் திரும்பியதும், டிபன் இல்லாவிட்டால், பாலித்தீவு எரிமலைபோல் பலருக்குக் கோபம் கொப்பளிக்கிறதே, ஏன்? எல்லாம் மாலை டிபன் அடிக்‌ஷன்!

நம் பாரம்பரிய உணவுப் பழக்கத்தில் மாலை டிபன் என்பது கிடையாது; மூன்று வேளை சாப்பாடுதான். இதில் கண்ணைப் பறிக்கும் நிறங்கள் கிடையாது; 'ஜொள்' விடவைக்கும் ருசிகள் இருக்காது; விதவிதமான ரெசிபிகளைக் காணமுடியாது. ஆனால், ஆரோக்கியத்தை மேம்படுத்தும் சத்துகள் இருக்கும்.

இவை உள்ளூர் காய்கறிகள், அன்றாட இறைச்சி, குளத்து மீன் என ஊருக்கு ஊர் சூழலுக்கு ஏற்ப, பருவகால மாறுதலுக்கு ஏற்பக் கிடைக்கும் பொருள்களில் சமைக்கப்படுகின்றன; பாலும் பருப்பும் சார்ந்த புரோட்டீன் மிகுந்த உணவுகள், சிறுதானியங்கள், பழங்கள், பச்சைக் காய்கறிகள், கீரைகள் அதிகம் சேர்க்கப படுகின்றன. இவை பல தலைமுறைகளாகப் பயன் பாட்டில் உள்ளதால், உடலுக்குக் கெடுதல் செய்யாது என்பதை உறுதியாகக் கூற முடியும். எனவேதான், சென்ற தலைமுறையில், தொகுதிக்கு வராத அமைச்சர்போல் ஓபிசிட்டி ஒதுங்கியிருந்தது.

ஆனால், மேற்கத்திய உணவுகள் எனும் நாகரிக மோகினி
களுக்கு எப்போது நாம் மயங்கினோமோ, அப்போது
பிடித்த அஸ்டமத்து சனி... இல்லை, இல்லை, 'பெல்லி
சனி', எத்தனை 'சனிப் பெயர்ச்சிகள்' வந்து போனாலும்.
நம்மை விட்டு விலக மறுக்கிறது.

பொதுவாக, காலை, மதியம், இரவுக்கு வீட்டில் சமைத்த
உணவுகள்தான் பிரதானம். ஆனால், அநேக வீடுகளில்
மாலை டிபன் கடைச் சரக்காகத்தான் இருக்கும். அவை
மேற்கத்திய உணவைச் சேர்ந்த நொறுக்குத் தீனிகளாகவே
இருக்கும் என்பதைச் சின்னக் குழந்தையும் சொல்லும்.

சிறு குழந்தைகள் என்றால் பேக்கரி அயிட்டங்கள்...
பிஸ்கட், சாக்லேட், சிப்ஸ், லேஸ், கிரீம் கேக், குக்கீஸ்;
பள்ளி வயது என்றால் லாலா கடை அயிட்டங்கள்...
லட்டு, பூந்தி, அல்வா, ஜாங்கிரி, பஜ்ஜி, போண்டா,
சமோசா, பக்கோடா, முறுக்கு, சேவு, மிக்சர், பப்ஸ்,
பாப்கார்ன்; அதற்கு அடுத்த வயது என்றால் ஃபாஸ்ட்
ஃபுட் அயிட்டங்கள்... பீட்சா, பர்கர், கிரில் சிக்கன்,
ஃபிரைடு சிக்கன், ஃபிரஞ்ச் ஃபிரை, புரோட்டா,
நூடுல்ஸ், பானிபூரி.

இவை எல்லாமே செயற்கை சுவையூட்டிகளால்
தயாரிக்கப்படுபவை; கார்போக்கள் மிகுந்த மைதாவில்
பிறந்தவை; நார்ச்சத்தும் வைட்டமினும் குறைந்தவை;
அதிக உப்பு, அதிக இனிப்பு, அதிக கொழுப்பு கொலு
விருப்பவை; கலோரிகள் குவிந்திருப்பவை.

ரீஃபைன்ட் ஆயில், பாமாயில், வனஸ்பதி போன்ற
வற்றில் சமைக்கப்படுகின்றவை; மீண்டும் மீண்டும்
சூடுபடுத்திய எண்ணெயில் உருவாகின்றவை. இவற்றில்
'டிரான்ஸ் ஃபேட்' எனும் ஊடுகொழுப்பு மிக அதிகம்.
கொழுப்புகளிலேயே கெட்ட கொழுப்பு இது;
ஒபிசிட்டிக்கு அட்வான்ஸ் செலுத்தும் மோசமான
வஸ்து. இது பிபிக்குத் தோரணம் கட்டும்; சர்க்கரை
நோய்க்குப் பச்சைக் கொடி காட்டும்; இதயத்தின் பரம
வைரி; மாரடைப்பை வரவழைக்கும் எதிரி.

ஆனாலும், இவற்றின் ருசியில்தான் தேன் உண்ட
வண்டாக மயங்கிக்கிடக்கிறோம். என்ன காரணம்?
ஊடகங்களில் வரும் பகட்டான விளம்பரங்களும் போலி

வாக்குறுதிகளும் மேற்கத்திய உணவுகளே சிறந்தவை என்று நம் மூளைக்குள் திணிக்கின்றன. போதாக் குறைக்கு, மூக்கைத் துளைக்கும் வாசனை, கவர்ச்சியான நிறங்கள் நம்மை மயக்கிவிடுகின்றன. அப்போ தெல்லாம் நம் தாத்தா காலத்து உணவுகளைத் தவிர்த்து விட்டு, 'நாகரிகப் போதை'க்கு அடிமையாகிவிடுகிறோம்.

இந்தப் பாதை தவறு எனப் புரிந்து பராம்பரிய உணவுக்கு மீள்வதுதான் நான்காவது ஸ்லிம் ரகசியம். நீரிழிவு இல்லை; இன்சுலின் போட்டுக்கொள்ளவில்லை. ஓபிசிட்டி தவிர வேறு பிரச்னை இல்லை என்றால், மாலை டிபன் சாப்பிட்டே ஆக வேண்டும் என்று எந்தக் கட்டாயமும் இல்லை. இரவு டிபனுக்குத் தயாராகிவிடலாம்.

இயலாதவர்கள், மாலை டிபனுக்கு எண்ணெய்ப் பலகாரங்களையும் நொறுக்குத் தீனிகளையும் ஒரங்கட்டி விட்டு, பச்சைக் காய்கறிகளையும், பழங்களையும் கலந்து சாலட்டாகத் தயாரித்து உண்பதை வழக்கப்படுத்தினால், ஓபிசிட்டி நம்மைவிட்டு ஓடிப்போகும். காலிஃப்ளவர், காளான், கேரட் போன்றவற்றில் தயாரிக்கப்பட்ட ரெசிபிகள் உதவும். ரசாயன உரமிடப்பட்ட காய்கனிகள் வேண்டாம். ஆர்கானிக் காய்கனிகள்தான் நல்லது.

சிறுதானிய அதிரசம், போளி, குழிப்பணியாரம், தேங்காய் பர்பி, கேழ்வரகு கொழுக்கட்டை, கம்பு இனிப்பு மாவு, குதிரைவாலி கிச்சடி பெஸ்ட். சுண்டல், பயறு, பாதாம், அவித்த நிலக்கடலை, கொட்டை வகை எதுவானாலும் மாலை டிபனுக்கு ஓகேதான். 100 கிராம்தான் அளவு. இதனுடன் ஒரு கப் பால் குடிக்கலாம்.

இதற்கு மாற்றாக, ஆப்பிள், ஆரஞ்சு, திராட்சை, எலுமிச்சை, நெல்லி, மாதுளை, கொய்யா, அன்னாசி, பப்பாளி, பேரிச்சை, அத்திப்பழம் என ஏதாவது ஒரு பழம் 100 கிராம் மற்றும் ஒரு கப் பால் சாப்பிட்டால், மாலை டிபனுக்குத் தேவையான 200 கலோரிகள் கிடைத்து விடும்.

அசைவம் விருப்பம் என்றால் கோழி சூப் அல்லது மட்டன் சூப் ஒரு கப் குடிக்கலாம். முட்டையில் தயாரிக்கப்பட்ட எந்த ரெசிபியும் மாலை டிபனுக்கு நல்லதே. ஒரு முட்டைதான் அளவு. ஐஸ்கிரீம், செயற்கை

குளிர்பானங்களைத் தவிர்த்து, இயற்கையாகக் கிடைக்கும் இளநீர், பதநீர், பானகம், மோர், லஸ்ஸி அருந்துங்கள்.

தனியாகச் சாப்பிடுவதைத் தவிர்த்து குடும்பத்துடன் சாப்பிடுங்கள். டிவி முன்னால் அமர்ந்து சாப்பிடும் தவறைச் செய்யவேண்டாம். தனி டேபிளில் சாப்பிடுவதே நல்லது. அடுத்து, பாக்கெட்டில் உள்ள அயிட்டத்தை அப்படியே பாக்கெட்டில் வைத்துக்கொண்டு சாப்பிடாதீர்கள்; அளவு அதிகமாகி ஓபிசிட்டிக்குத் துணைபோகும். பதிலாக, பாக்கெட்டில் உள்ளதைத் தேவைக்குத் தட்டில் எடுத்துச் சாப்பிடுங்கள்; கலோரிகள் அதிகரிக்காது.

21

புரோட்டின் புதையல்!

'காலையில் அரசனைப்போல் சாப்பிடு; மதியம் சேவகனைப்போல் சாப்பிடு; இரவில் ஆண்டியைப் போல் சாப்பிடு' என்று ஒரு பழமொழி உண்டு. காலையில் எல்லாச் சத்துகளும் நிரம்பிய முழுத்தானியங்கள், பழங்கள், காய்கறிகள் கலந்த உணவைச் சாப்பிடவேண்டும்; மதியம் கொஞ்சமே சாதம், நிறையவே காய்கறிகள்; இரவில் எளிதில் ஜீரணிக்கிற எளிய உணவுகளைச் சாப்பிட வேண்டும் என்பது இதன் அர்த்தம்.

ஆனால், இன்றைக்குப் பெரும்பாலோர் காலை உணவைத் தவிர்க்கின்றனர். மதியம் கேன்டீனில் கொறிக்கின்றனர். இரவில் பார்ட்டிகளுக்கும் ஹோட்டல்களுக்கும் சென்று, பிரியாணி, ஃபிரைடு ரைஸ், புரோட்டா, நாண், வறுத்த, பொரித்த சகல அயிட்டங்களையும் வயிற்றில் அள்ளிக் கொள்கின்றனர். நடுநிசிக்குப் பிறகே உறங்குகின்றனர். நாட்டில் ஒபிசிட்டி பிரச்னை ஓங்குவதற்கு இதுவும் ஒரு காரணம்.

இரவில் கேழ்வரகு இட்லி; கம்பு - சோள தோசை, முழுக்கோதுமையில் செய்த சப்பாத்தி, அவல் தோசை, காய்கறி சேர்த்த வரகரிசி உப்புமா, இப்படி ஏதாவது ஒன்றைச் சாப்பிடலாம். தொட்டுக்கொள்ள கிழங்கில் செய்யப்படாத தொடுகறி பெஸ்ட். சின்ன வெங்காயச் சட்னி, தக்காளி சட்னி, புதினா சட்னி, பாசிப்பருப்பு சாம்பார் சிறந்தவை. இட்லி/தோசை இரண்டு அல்லது

மூன்று. சட்னி, சாம்பார் இரண்டும் சேர்ந்து 100 மி.லி.யைத் தாண்டிவிடக்கூடாது.

வாரம் ஒருமுறை இரவில் வெறும் பழங்கள் மட்டுமே போதும். பழங்களில் அதிக இனிப்புள்ள மாம்பழம், வாழைப்பழம், பலாப்பழம், பேரீச்சை போன்றவை வேண்டாம். இரவில் பால் சாப்பிட வேண்டும் என்பது பொதுவானவர்களுக்குப் பொருந்தும். ஆனால், ஒபிசிட்டியைக் குறைக்க விரும்புவோருக்கு இது பொருந்தாது. படுக்கப்போகும்போது பால் தேவையில்லை என்பதுதான் இவர்களுக்கான டின்னர் நியதி.

அசைவப் பிரியர்கள் முட்டை அல்லது மீன் சாப்பிடலாம். அளவாக இறைச்சி சாப்பிடலாம். மறுபடி, மறுபடி முட்டையைச் சிபாரிசு செய்வதால், முகம் சுளிக்க வேண்டாம். அதற்குக் காரணம் இருக்கிறது. முட்டை ஒரு புரோட்டீன் புதையல். புரோட்டீன் என்பது 22 அமினோ அமிலங்களின் கூட்டுப்பொருள். இவை அத்தனையும் கலந்த நீச்சல்குளம் முட்டை. இது உடலுக்கு வலிமை தரும். தசைகளுக்கு வளர்ச்சி தரும். இதிலுள்ள கால்சியம் எலும்புகள் தேய்வதைத் தடுக்கும்; வைட்டமின்கள் நரம்புகளுக்கு நல்லது. மீனும் அப்படியே. முட்டையும் மீனும் மற்ற அசைவங்களை விட எளிதில் ஜீரணமாகும்.

சரி, தாவரப் புரதங்களுக்கு என்ன குறை? 'குறை யொன்றும் இல்லை, மறைமூர்த்தி கண்ணா!' என்று பாடலாம்தான். என்றாலும் சின்னத் தயக்கம். ஏன்? கோதுமையில் புரதம் உள்ளது. அதேசமயம், பரமசிவன் கழுத்தில் பாம்பு உள்ளதுபோல், குளூட்டனும் அதில் அடக்கம். குளூட்டன் என்பது குடலைக் கெடுக்கின்ற விஷப்பொருள். பலருக்கு இது பகைவன். எனவே, கோதுமை புரதத்தை முழுமையாக ஆதரிக்க முடியாது.

அதுபோல் பருப்பு, பயறு, அவரை, துவரை, காராமணி, பட்டாணி வகைகள், கடலை வகைகள், சோயா, கொட்டை வகைகள், விதைகள், முளைகட்டிய தானியங்கள், சோளம், கேழ்வரகு, கினோவா, புரோக்கோலி, பசலைக்

கீரை, அகத்திக்கீரை, முருங்கைக்கீரை, வல்லாரை, காளான், கொய்யா, பிளாக்பெரி, மல்பெரி எனப் புரதம் நீந்தும் நல்ல உணவுகள் எக்கச்சக்கம். என்றாலும் இவற்றில் ஒன்றில்கூட எல்லா அமினோ அமிலங்களும் மொத்தமாக இல்லை; ஒவ்வொன்றிலும் சில அமினோ அமிலங்கள் காணாமல் போகின்றன. இதுதான் குறை.

இதைச் சரிசெய்வதற்கும் ஒரு வழி இருக்கிறது. தாவரப் புரதத்தையும், விலங்குப் புரதத்தையும் கலந்து சாப்பிட்டால் அல்லது வாரத்தில் ஐந்து நாள் சைவம் இரண்டு நாள் அசைவம் எனச் சாப்பிட்டால் நம் தேவைக்கு அமினோ அமிலங்கள், வைட்டமின்கள், மினரல்கள் எனச் சகலமும் கிடைத்துவிடும். தீர்ந்துவிடும் பிரச்னை.

இரவு உணவு சைவப் புரதமாக இருந்தால், உணவு எரித்தலை 30 சதவிகிதம் அதிகப்படுத்தும். அப்போது பெல்லி கொழுப்பும் எரிக்கப்படும். ஒபிசிட்டி ஒதுங்கிவிடும். புரோட்டீனில் உள்ள முக்கியமான ஸ்லிம் சீக்ரெட் இது.

பருப்பு, பயறு, பட்டாணி மட்டுமே இல்லாமல் மற்ற புரதங்களையும் அதிகப்படுத்திக்கொண்டால், வயிற்றில் உப்புசம், ஏப்பம் ஏற்படாது; வாயு களேபரம் செய்யாது; கடாபுடா கச்சேரிக்கு இடம் இருக்காது; 'சிக்கல்' இல்லாத காலைப்பொழுது சாத்தியப்படும்.

ஒருவருக்கு நாளொன்றுக்கு ஒரு கிலோ உடல் எடைக்கு ஒரு கிராம் புரதம் தேவை என்பது பொதுவான கணக்கு. ஆனால், ஒபிசிட்டி உள்ளவர்கள் தினமும் ஒரு கிலோ உடல் எடைக்கு 2 கிராம்வரை புரதம் சாப்பிடலாம் என்பது புதுக்கணக்கு. (சிறுநீரகப் பிரச்னை உள்ளவர்கள் 0.6 கிராம் புரதம்தான் சாப்பிட வேண்டும்).

ஒருவருக்கு மொத்தக் கலோரிகளில் 40% புரதம் தேவை. எந்த உணவில் எவ்வளவு புரதம், எத்தனை கலோரிகள் என்பதைத் தெரிந்துகொள்ளவேண்டுமா? 'கூகுள் டாக்டர்' எதற்கு இருக்கிறார்? ஒரு பட்டனைத் தட்டினால், உங்கள் புரதக் கணக்கைக் கணினிக்கோ, கைப்பேசிக்கோ இலவசமாக அனுப்பிவிட்டுப் போகிறார்.

டின்னரை எட்டு மணிக்குள் முடித்துவிடவேண்டும். பத்து மணிக்குள் படுத்துவிடவேண்டும். (இதற்குக் 'கொடுத்து' வைத்திருக்க வேண்டும்). சாப்பிட்ட பின், உறவுகளுடன் பேசலாம். புத்தகம் படிக்கலாம். தொலைக்காட்சி பார்க்கலாம். இசை கேட்கலாம். ஒன்றே ஒன்று மட்டும் கூடாது. அது வாக்குவாதம். கண்களை மூடும்போது கவலைகளையும் மூடினால், சுகமான தூக்கம் காதலாகக் கசிந்துத் தழுவிக்கொள்ளும்.

ஆம், நிம்மதியான தூக்கமும் ஸ்லிம் ரகசியத்தில் முக்கியமானது.

22

கொழுப்பே, கொஞ்சம் குறைந்துவிடு!

கடந்த சில ஆண்டுகளாக, 'தினமும் கொழுப்பை மட்டுமே சாப்பிடு; ஓபிசிட்டி ஓடிப்போகும்' என்று ஓதுகின்றனர் பேலியோ பக்தர்கள். 'அதிகம் கொழுப்பு சாப்பிட்டால் கொலஸ்ட்ரால் கூடிவிடும். மாரடைப்பு வந்துவிடும்' என்று பயந்து ஒதுங்குகின்றனர் மற்றவர்கள். அப்படி யானால் கொழுப்பு நமக்குத் தேவையா, இல்லையா? கேள்வி எழுகிறது.

கொழுப்பு தேவைதான். ஆனால், 'கொழுப்பு மட்டுமே தேவை' என்று கூறுவது தேவையில்லை. முதற்காரணம், 'கொழுப்பு மட்டுமே பரிபூரண உணவு' என்று எந்தவொரு மருத்துவ அறிவியலும் கூறவில்லை. அடுத்த காரணம், வெண்ணெய்க்கும் நெய்க்குமுள்ள உறவு கொழுப்புக்கும் கொலஸ்ட்ராலுக்கும் உள்ளது. கொழுப்பு உடலில் கூடினால் ஓபிசிட்டி; ரத்தத்தில் கூடினால் அது கொலஸ்ட்ரால்.

கொழுப்பிலிருந்து கொலஸ்ட்ரால் பிறக்கிறது. நல்ல கொலஸ்ட்ரால்; கெட்ட கொலஸ்ட்ரால். இரண்டாவதாக சொல்லப்பட்டது இதயத்தைத் தாக்கும் அங்குசம். உடலில் கொழுப்பு கூடும்போதெல்லாம் இதுவும் கூடும் என்பது மாற்றமுடியாத விதி. ஆகவே, கொழுப்பு அளவோடு இருந்தால் ஆபத்தில்லை.

பெல்லி உள்ளவர்கள் தங்களுக்குத் தேவையான கலோரி களில் 20 சதவிகிதத்தைக் கொழுப்பு உணவிலிருந்து

பெறலாம். உதாரணத்துக்கு 2000 கலோரிகள் தேவை என்றால், தினமும் 45 கிராம் கொழுப்பு தேவை.

கொழுப்பு என்றதும் நமக்கு உரித்த கோழியும் வறுத்த இறைச்சியும்தான் நினைவுக்கு வரும். கொழுப்பு இந்த இரண்டில் மட்டும் இல்லை. சமையல் எண்ணெயில் இருக்கிறது; பால், தயிர், வெண்ணெய், நெய், சீஸ், சிப்ஸ், பனீர், பாதாம், வாதாம், முந்திரி, தேங்காய், முட்டை, மீன், கிரீம்கேக், பலகாரங்கள், இனிப்புகள் எனப் பலவற்றில் அதன் 'இருக்கை' இருக்கிறது.

இவற்றில் எண்ணெய் ஒரு விஐபி. இன்றைக்கு எண்ணெய் இல்லாத சமையலை நினைத்துப் பார்க்கமுடியாது. ஆனால், 'நல்ல எண்ணெய் எது?' எனக் கேட்டால் பல அம்மாக்களுக்குப் பதில் தெரியாது. 'எங்கள் எண்ணெயில் கொழுப்பே இல்லை' என்று மணிக்குப் பத்து முறை பாடம் நடத்தும் ஊடக விளம்பரத்தில் மயங்கி, கண்ட எண்ணெய்களைப் பயன்படுத்துகிற அம்மணிகள்தான் அதிகம். ஒன்றைப் புரிந்துகொள்ளுங்கள். இந்தியாவில் ஊழலே இல்லாத கட்சியைக் கைகாட்டுவது எவ்வளவு சிரமமோ, அவ்வளவு சிரமம் கொழுப்பே இல்லாத எண்ணெயைச் சொல்வதும்!

சந்தையில் கிடைக்கும் ரீஃபைண்ட் ஆயில்கள் எல்லாமே பெல்லிக்கு ஆதரவாளர்கள்தான். இவற்றில் ஆலிவ் எண்ணெய், சூரியகாந்தி எண்ணெய், அரிசித் தவிட்டு எண்ணெய், சோயா எண்ணெய் ஆகியவற்றைச் சிபாரிசு செய்யலாம். இவற்றிலும் செக்கு எண்ணெய்கள்தான் நல்லது. பாமாயிலும் வனஸ்பதியும் எந்த வீட்டுக்கும் வரக்கூடாத வேட்பாளர்கள்.

ஒரே எண்ணெயை எல்லாச் சமையலுக்கும் பயன் படுத்துவதைவிட, வறுக்கவும் பொரிக்கவும் சூரியகாந்தி எண்ணெய், தாளிக்க நல்லெண்ணெய், டிபனுக்கும் பலகாரம் செய்யவும் கடலை எண்ணெய் என்று பயன் படுத்தினால் கொழுப்பு அதிகரிக்காது. அல்லது வாரம் ஓர் எண்ணெய் எனும் சுழற்சி முறையிலும் பயன் படுத்தலாம். எந்த எண்ணெய் என்றாலும், ஒரு நபருக்கு

நாளொன்றுக்கு 15 மில்லிக்கு மிகாமல் இருக்க வேண்டும் என்பது முக்கியம்.

தினமும் இறைச்சி வேண்டாத விஷயம். கோழியோ, இறைச்சியோ வாரம் ஒருமுறை சாப்பிடலாம். வாரம் இருமுறை மீன் சாப்பிடலாம். மீனில் ஒமேகா 3 கொழுப்பு அமிலம் உள்ளது. இது கெட்ட கொலஸ்ட்ராலைக் குறைத்து, நல்ல கொலஸ்ட்ராலை அதிகப்படுத்துகிறது; இதயத்துக்கு நல்லது. 'நான் சைவமாச்சே!' என்று கன்னத்தில் கை வைக்கவேண்டாம். ஆளிவிதை, ஆக்ரூட், சோயாபீன்ஸ், கடுகு எண்ணெய், கிவி பழத்தில் ஒமேகா ஆயில் உள்ளது.

பால், தயிர், வெண்ணெய், நெய், சீஸ், பனீர், பாதாம், வாதாம், முந்திரி, தேங்காய் எல்லாவற்றையும் தினமும் ஒன்று என முறை வைத்துக்கொண்டு சாப்பிடலாம். அளவுதான் முக்கியம். சமைக்கப்படும் எண்ணெயி லிருந்து கிடைக்கும் கொழுப்பைக் கழித்தால், தினமும் 30 கிராம் அளவுக்குத்தான் இவற்றைச் சாப்பிட வேண்டும்.

உணவில் கொழுப்பைக் குறைக்க இன்னும் சில பரிந்துரைகள்... கிரீம் கலந்த எல்லா பண்டங்களும் எல்லை தாண்டும் எதிரிகள்! உதாரணத்துக்கு, கிரீம்கேக், ஐஸ்கிரீம், குக்கீஸ். மீனோ, கோழியோ எதுவானாலும் குழம்பாக்கிச் சாப்பிட்டால் கொழுப்பு குறையும்; ரோஸ்ட்டாகச் சாப்பிட்டால் கொழுப்பு கொந்தளிக்கும். எந்த அசைவத்தையும் வீட்டில் சமைத்துச் சாப்பிடுவதே நல்லது. ஹோட்டல் அசைவத்தில் கொழுப்பு கும்மாளமிடும்.

அடிக்கடி பார்ட்டிகளுக்குப் போவதை கட் செய்தால் பெல்லிக்கு டாட்டா காண்பிக்கலாம். விருந்துகளுக்குச் செல்ல வேண்டிய கட்டாயம் வந்தால், வீட்டில் கொஞ்சம் பழங்களைச் சாப்பிட்டுவிட்டுச் செல்லுங்கள். விருந்தில் சாப்பிடும் அளவு குறைந்துவிடும். பார்ட்டி களில் சூப், முட்டை, மீன், இறைச்சி ரெசிபிக்களை மட்டும் சாப்பிடுங்கள். பிரியாணி, ஃபிரைடு ரைஸ், புரோட்டா, ரொட்டி, நான் போன்ற 'சகுனி'களைத்

தொடாதீர்கள். இனிப்புகளையும் நொறுக்குத் தீனிகளை
யும் ஒரங்கட்டுங்கள். பாக்கெட் உணவுகளையும்
பாட்டிலில் அடைக்கப்பட்டதையும் மறந்து விடுங்கள்.
ஆல்கஹால் ஆகாத விஷயம்... தப்பு, தப்பு, விஷம்.

பெல்லியைக் குறைக்க மாத்திரையைத் தேடி
அலைவதைவிட, சாப்பிடும் உணவில் கொழுப்பைக்
குறைக்க வழி தேடுவதுதான், மிக முக்கியமான ஸ்லிம்
ரகசியம்.

23

ஓடினால் ஓடிப்போகும் ஒபிசிட்டி!

'வெறுங்கை என்பது மூடத்தனம்; விரல்கள் பத்தும் மூலதனம்' என்கிறார் கவிஞர் தாராபாரதி. எத்தனை விரல்கள் இருந்தாலும் கட்டை விரல்தான் பிரதானம். அதுபோலத்தான் பெல்லியை குறைக்க கார்போ வேண்டாம், புரோட்டீனைக் கூட்டு, கொழுப்பைக் குறை, நோ ஸ்நாக்ஸ் என்று எத்தனை ஸ்லிம் ரகசியங் களைச் சொன்னாலும், 'உடற்பயிற்சி' என்கிற ரகசியம் தான் ரொம்பவும் அவசியம். ஆனால், அதற்குத்தான் இல்லை அவகாசம்.

உடற்பயிற்சிகளின் அரசன் நடைப்பயிற்சி. காசு செலவில்லை; தனிக்கருவி தேவையில்லை; காலையில் சீக்கிரம் எழுந்தால் போதும். துணைக்கு ஓர் ஆள் கிடைத்தால் நல்லது. 'காரியம்' கைகூடும்.

ஆனால், 'காலையில் எழுந்தால் சமைக்கவும் பிள்ளை களை பள்ளிக்கு அனுப்பவும் நேரம் சரியாக இருக்கிறது' என்று பெண்களும், 'படுக்கவே லேட் நைட் ஆகிவிடுவதால், அதிகாலையில் எழுவது கஷ்டம்' என்று ஆண்களும் 'நடையைக் கட்ட' சப்பைக்கட்டு கட்டுகின்றனர்.

ஒன்றைப் புரிந்துகொள்ளுங்கள். என்னதான் நீங்கள் டயட்டில் சினிஸ்டார் மாதிரி சரியாக இருந்தாலும், வாக்கிங் போன்ற பயிற்சிகளை மேற்கொள்ளாவிட்டால், பெல்லி எந்தக் காலத்திலும் ஒல்லியாகாது.

நடைக்குத் தேவை அரை மணி நேரம்தான். அதிகாலை நடை ஆரோக்கியம் காக்கும். அது முடியாது என்றால், 'எப்போது முடிகிறதோ அப்போது'. தினமும்கூட நடை தேவையில்லை. வாரத்துக்கு ஐந்து நாள் போதும். திறந்த வெளி நல்லது. இல்லாவிட்டாலும் பரவாயில்லை. எங்கே சாத்தியமோ அங்கே நடக்கலாம்.

ஆமை வேகமும் ஆகாது; குதிரை வேகமும் கூடாது. சாதாரணமாக நடக்கலாம். வியர்க்க வேண்டும் என்ற அவசியமில்லை. இந்த நடையில் 200 கலோரி எரியும். நிதானமாக எடை குறையும். அவசரப்படுபவர்கள் மெல்லோட்டம் ஓடலாம். 400 கலோரி குறையும். இப்படித் தினமும் ஓடினால் சீக்கிரமே ஓடிப்போகும் ஓபிசிட்டி.

கவனியுங்கள். நடப்பதும் ஓடுவதும் கலோரிகளைக் குறைப்பதற்கு மட்டுமல்ல! உடலில் உறங்கி வழியும் ஹார்மோன்களை உசுப்பிவிடவும்தான். உதாரணத்துக்கு, அரை மணி நேர நடை மூளைக்குள் 'என்டார்ஃபின்' ஹார்மோனைச் சுரக்க வைக்கிறது. இது தசைகளையும் நரம்புகளையும் முறுக்கிவிடுகிறது. ஐஸ்கிரீம் சாப்பிட்ட குழந்தைபோல் நாள் முழுக்க நமக்கு குதூகலம் வந்துவிடுகிறது. செரிமானம் உற்சாகமடைகிறது. மூச்சு மேம்படுகிறது. ரத்த ஓட்டம் சீரடைகிறது. மன அழுத்தம் மறைகிறது. பலமிழந்த இதயம்கூட மாரடைப்புக்கு 'நோ' சொல்கிறது. இதுவரை உறக்க நிலையில் இருந்த இன்சுலின் இப்போது சுறுசுறுப்பாக வேலை செய்கிறது. நீரிழிவு விடை பெறுகிறது. இத்தனை பலன்களும் காலாற நடப்பதால் சுலபமாகக் கிடைக்கிறது. இவை எல்லாமே ஒழுங்காக நடக்கும்போது, தேர்தலில் டெபாசிட் இழந்த வேட்பாளர் துண்டைக் காணோம்; துணியைக் காணோம் என்று தொகுதியைவிட்டே ஓடிப் போவதைப்போல் ஓபிசிட்டியும் நம் உடலைவிட்டு ஓடிப்போகிறேன் என்கிறது.

நடைப்பயிற்சி தவிர வேறு வழி இல்லையா எனக் கேட்பவர்களுக்கு யோகா இருக்கிறது; ஜிம் இருக்கிறது; டிரெட் மில் இருக்கிறது. பெல்லியைக் குறைப்பதற்கு என்றே தனிப்பயிற்சிகள் உண்டு. மனம் இருந்தால் மார்க்கம் உண்டு.

நீங்கள் டயட்டில் மட்டும் இருந்தால், ஆரம்பத்தில் ஆறேழு கிலோ எடை உடனே குறையும். அதற்குப் பிறகு எடை குறைய சண்டித்தனம் செய்யும். என்ன செய்வது? ஓபிசிட்டியைக் குறைக்க வேண்டுமே! அப்போ தெல்லாம் உங்களுக்குக் கைகொடுப்பது உடற்பயிற்சி மட்டுமே! இதுதான் பெல்லியைக் குறைப்பதற்கான கடைசி ரகசியம்.

உணவு கலோரிகளை எப்படிப் பிரித்துச் சாப்பிடுவது?

கீழே உள்ளது 1800 கலோரியையப் பிரிக்கும் முறை. இது எல்லோருக்குமானது. ஓபிசிட்டி உள்ளவர் கள் காலை இடைவேளை உணவு மற்றும் மாலை டிபனைக் கட் செய்துவிடலாம்.

நேரம்	சதவிகிதம்	கலோரிகள்
அதிகாலை	5%	90
காலை டிபன்	20%	360
காலை இடைவேளை உணவு	10%	180
மதிய உணவு	30%	540
மாலை டிபன்	10%	180
இரவு டின்னர்	20%	360
இரவில் படுக்கப்போகும் போது	5%	90

இந்தத் தொடரை கல்கி ஆசிரியர் எழுதச் சொன்னபோது 'எனக்காக எழுதச் சொல்கிறாரோ?' என்றுதான் எனக்குத் தோன்றியது. காரணம், அப்போது என் எடை 80 கிலோ. இருக்க வேண்டியது 70 கிலோ.

என்னைப் பொறுத்த அளவில் 'அடுத்தவர்களுக்கு ஆலோசனை சொல்வதற்கு முன்னால் அதை நம்மால் பின்பற்ற முடியுமா?' என்று யோசிப்பவன். இந்தத் தொடர் ஆரம்பித்த நிமிடத்திலிருந்து உங்களுக்கு என்ன ஆலோசனைகள் சொன்னேனோ அதைத்தான் நான் பின்பற்றினேன்.

காலையிலும் இரவிலும் இரண்டு இட்லி அல்லது தோசை அல்லது அவித்த முட்டை அல்லது ஆம்லேட். மதியம் இரண்டு சப்பாத்தி அல்லது அரை கப் சாதம், தட்டு நிறைய பருப்பு, நிறைய காய்கறிகள், ஒரு கப் மோர். மாலை ஒரு கொய்யா அல்லது அரை ஆப்பிள். வாரம் ஒரு நாள் மீன் அல்லது கோழி. சராசரியாக வாரம் ஐந்து நாட்களுக்கு வாக்கிங். தவிர்க்க முடியாத ஒரு சில நாட்களில் மட்டும் வழக்கமான சாப்பாட்டைச் சாப்பிட்டிருப்பேன்.

இன்றைக்கு என் எடை 72 கிலோ. இன்னும் இரண்டு கிலோ குறைய வேண்டும். இரண்டு மாதங்களில் அதையும் குறைத்து விடலாம் என்ற நம்பிக்கை இருக்கிறது.

Slow and steady win the race.